எம்.எஸ்.
காற்றினிலே கரைந்த துயர்

எம்.எஸ்.
காற்றினிலே கரைந்த துயர்
டி.எம். கிருஷ்ணா (பி. 1976)

தொடூர் மாடபூசி கிருஷ்ணா. கர்னாடக இசையுலகில் தனித்த அடையாளம் பெற்ற குரல். மேடைக்கு வெளியிலும் தனித்து ஒலிக்கும் குரல். இசைச் சூழலின் சகல அம்சங்களையும் கூர்மையான கேள்விகளுக்கு உட்படுத்தும் சமூக அக்கறை கொண்ட கலைஞர். இசை, இசைச் சூழல் ஆகியவை குறித்த இவரது ஆழமான தேடலையும் கூர்மையான கேள்விகளையும் கொண்ட 'சதர்ன் மியூஸிக்-த கர்னாடிக் ஸ்டோரி' என்னும் நூலும் இவரது கட்டுரைகளும் இசை உலகிலும் அறிவுலகிலும் தொடர்ந்து அதிர்வுகளை எழுப்பிவருகின்றன. ரோமன் மகசஸே விருது உள்ளிட்ட பல்வேறு விருதுகளைப் பெற்றவர்.

அரவிந்தன் (பி. 1964)
மொழிபெயர்ப்பாளர்

பத்திரிகையாளர், எழுத்தாளர், விமர்சகர், மொழிபெயர்ப்பாளர். *இந்தியா டுடே* வார இதழில் பத்தாண்டுகளும் *காலச்சுவடு* மாத இதழின் பொறுப்பாசிரியராக ஐந்தாண்டுகளும் பணிபுரிந்தவர். *தி இந்து* (தமிழ்) நாளிதழின் உருவாக்கக் குழுவில் நான்காண்டுகள் பணிபுரிந்தவர். இப்போது *மின்னம்பலம்.காம்* என்னும் இணைய இதழின் நிர்வாக ஆசிரியராகப் பணியாற்றுகிறார்.

இரண்டு நாவல்கள், மூன்று சிறுகதைத் தொகுப்புகள், மூன்று இலக்கிய விமர்சன நூல்கள், திரைப்படங்கள் குறித்த விமர்சன நூல் எனப் பத்துக்கும் மேற்பட்ட நூல்களின் ஆசிரியர்.

இலக்கியம், திரைப்படம், பெண் உரிமை, அரசியல், கிரிக்கெட், மொழி எனப் பல தளங்களில் எழுதிவருகிறார்.

மனைவி: ஸ்ரீதேவி. குழந்தைகள்: நம்ரதா, சைதன்யா.

மின்னஞ்சல்: *aravindanmail@gmail.com*

டி.எம். கிருஷ்ணா

எம்.எஸ்.
காற்றினிலே கரைந்த துயர்

தமிழில்
அரவிந்தன்

காலச்சுவடு பதிப்பகம்

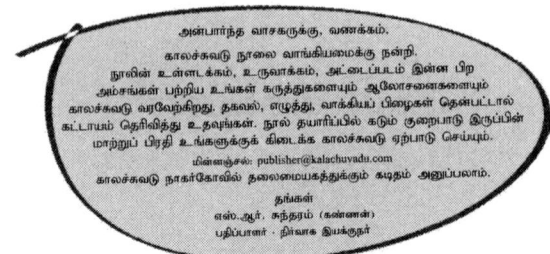

அன்பார்ந்த வாசகருக்கு, வணக்கம்.

காலச்சுவடு நூலை வாங்கியமைக்கு நன்றி.
நூலின் உள்ளடக்கம், உருவாக்கம், அட்டைப்படம் இன்ன பிற அம்சங்கள் பற்றிய உங்கள் கருத்துகளையும் ஆலோசனைகளையும் காலச்சுவடு வரவேற்கிறது. தகவல், எழுத்து, வாக்கியப் பிழைகள் தென்பட்டால் கட்டாயம் தெரிவித்து உதவுங்கள். நூல் தயாரிப்பில் கடும் குறைபாடு இருப்பின் மாற்றுப் பிரதி உங்களுக்குக் கிடைக்க காலச்சுவடு ஏற்பாடு செய்யும்.

மின்னஞ்சல்: publisher@kalachuvadu.com
காலச்சுவடு நாகர்கோவில் தலைமையகத்துக்கும் கடிதம் அனுப்பலாம்.

தங்கள்
எஸ்.ஆர். சுந்தரம் (கண்ணன்)
பதிப்பாளர் · நிர்வாக இயக்குநர்

எம்.எஸ். காற்றினிலே கரைந்த துயர் ❖ கட்டுரை ❖ ஆசிரியர்: டி.எம். கிருஷ்ணா ❖ தமிழில்: அரவிந்தன் ❖ © டி.எம். கிருஷ்ணா ❖ மொழிபெயர்ப்புரிமை: D.I. அரவிந்தன் ❖ முதல் பதிப்பு: ஜனவரி 2018 ❖ வெளியீடு: காலச்சுவடு பப்ளிகேஷன்ஸ் (பி) லிட்., 669, கே.பி. சாலை, நாகர்கோவில் 629001

காலச்சுவடு பதிப்பக வெளியீடு: 828

em.es. kaaRRinilee karaintha tuyar ❖ Essay on M.S. Subbulakshmi (1916–2004) ❖ Author: T.M. Krishna ❖ Translated by: Aravindan ❖ © T.M. Krishna ❖ Translation © D.I. Aravindan ❖ Language: Tamil ❖ First Edition: January 2018 ❖ Size: Crown ❖ Paper: 18.6 kg maplitho ❖ Pages: 64

Published by Kalachuvadu Publications Pvt. Ltd., 669 K.P. Road, Nagercoil 629001, India ❖ Phone: 91-4652-278525 ❖ e-mail: publications@kalachuvadu.com ❖ Wrapper printed at Print Specialities, Chennai 600014 ❖ Printed at Mani Offset, Chennai 600077

01/2018/S.No.828, kcp 2011, 18.6 (1) OLLL

குரலில் எதிரொலிக்கும் வாழ்வின் கதை

அது இதமான கோடைக்கால மதியப் பொழுது, லாயிட்ஸ் சந்தில் அமைந்திருந்த கர்னாடக இசை ஜாம்பவான் செம்மங்குடி சீனிவாச அய்யரின் வீடு. விசாலமான அந்த வீட்டில் இசை வகுப்புக்காக நான் செல்லும்போதெல்லாம் மதியம் அங்கேயே சாப்பிடுவேன். அன்றும் அப்படித்தான். சாப்பிட்டு முடிந்ததும் செம்மங்குடிமாமா குட்டித் தூக்கம் போட்டார். அவர் எழுந்ததும் வகுப்பு தொடங்கியது. பைரவி ராகத்தில் அமைந்த 'கொலுவையுன்னாடே' என்னும் தியாகராஜர் கீர்த்தனையைப் பயின்று கொண்டிருந்தேன். அவர் அப்போதுதான் அதை எனக்குச் சொல்லிக் கொடுத்திருந்தார். சாய்வு நாற்காலியில் அமர்ந்து கண்களை மூடியபடி என்னுடைய கமகம் ஒவ்வொன்றையும் உன்னிப்பாகக்

கவனித்துத் திருத்தங்கள் சொல்லிக்கொண்டிருந்தார். நாங்கள் அனுபல்லவியை ஆரம்பித்தபோது எம்.எஸ். அம்மா மெல்ல அந்தக் கூடத்துக்கு வந்தார். உடன் அவருடைய உதவியாளர் ஆத்மநாதனும் வந்தார். எனக்கு வியப்பு, மலைப்பு. என்ன நடக்கிறது என்று புரியாமல் பாட்டை அப்படியே நிறுத்திவிட்டேன். மாமா கண்களைத் திறந்து பார்த்தார்.

மாமாவின் முகம் ஒளிர்ந்தது. தன் சிஷ்யையும் இசைக்குயிலுமான எம்.எஸ். சுப்புலட்சுமியை அன்போடு வரவேற்றார்.

வகுப்பில் குறுக்கிட்டுவிட்டோம் என்பதை உணர்ந்த எம்.எஸ். அம்மா தனக்கே உரிய பெருந்தன்மையோடு மன்னிப்புக் கேட்டுக்கொண்டார். பாடத்தைத் தொடரும் படி வேண்டினார்.

மாமா என்னைப் பார்த்துக் கண் சிமிட்டியபடி, "நீ பாடுடா, பாரத் ரத்னாவுக்கு முன்னாடி பாட எனக்கு பயமா இருக்கு," என்றார். "உங்களுக்கே பயமா இருக்குன்னா என் நெலமய யோசிச்சிப் பாருங்கோ மாமா," என்று துணிச்சலாகச் சொல்லிவிட்டேன். எல்லோரும் சிரித்தோம். மாமாவும் நானும் மீண்டும் கீர்த்தனையைப் பாடத் தொடங்கினோம். சில கணங்களில் எம்.எஸ். அம்மாவும் எங்களோடு சேர்ந்து கொண்டார். அந்தக் கீர்த்தனையைப் பல ஆண்டுகளுக்கு முன்பு அவர் செம்மங்குடி மாமாவிடமிருந்து கற்றுக் கொண்டிருக்கக்கூடும். கீர்த்தனை அவருக்குத் துல்லியமாக நினைவில் இருந்தது. அந்தக் கீர்த்தனை

அவருடைய அறிவுத் தொகுப்பில் சேகரமான சங்கதி அல்ல. அவருடைய இதயத்தில் ஆழமாகப் பதிந்த விஷயம். அவர் பாடிய எல்லாப் பாடல்களுமே அப்படித்தான்.

திடீரென்று பார்த்தால் நான் நாட்டின் மகத்தான இசைக் கலைஞர்கள் இருவருடன் சேர்ந்து பாடிக்கொண் டிருக்கிறேன். அந்த மதியப்பொழுதை என்னால் என்றும் மறக்க முடியாது. அரிதான அந்த நிகழ்வின் பதிவு எதுவும் என்னிடம் இல்லை என்பதில் எனக்கு மகிழ்ச்சிதான். ஏனென்றால் தூய்மையான, உண்மையான, உயிர்த் துடிப்புக் கொண்ட, உத்வேகமூட்டும் நினைவாக அது என் மனதில் தங்கியிருக்கிறது.

எம்.எஸ். அம்மா பற்றி நீண்ட கட்டுரை ஒன்று எழுத முடியுமா என்று *கேரவன்* இதழ் **2016**இல் என்னிடம் கேட்டபோது மிகுந்த உற்சாகத்துடன் ஒப்புக் கொண்டேன். கர்னாடக இசையுலகில் இவ்வளவு பிரபலமான ஓர் ஆளுமையைப்பற்றி எழுதுவது சென்னையில் வசித்துவரும் கர்னாடக இசைக் கலைஞனுக்கு அவ்வளவு கடினமான வேலையாக இருக்க முடியாது என்றுதான் நினைத்தேன். ஆனால் அது அவ்வளவு எளிதானதாக இல்லை. நான் வரலாற்றாய்வாளன் அல்லன். எனவே எம்.எஸ். அம்மாவைப் பற்றிய புதிய தகவல்கள், அறியாத கதைகள், அரிய கடிதப் போக்குவரத்துகள் என்று நான் தேடிச் செல்லவில்லை. எம்.எஸ்.ஸின் வாழ்க்கை, அவருடைய இசை ஆகியவை பற்றிப் பல ஆண்டுகளாக அவருடைய நெருங்கிய நண்பர்கள், எண்ணற்ற இசைக்

கலைஞர்கள், வெவ்வேறு தலைமுறைகளைச் சேர்ந்த ரசிகர்கள் ஆகியோருடன் பேசிவந்திருக்கிறேன். எனவே, எழுதுவதற்கான தடை தகவல்கள் அல்ல. அது தகவல்களைக் காட்டிலும் முக்கியமானது. அந்தத் தடை என்னுள் இருந்தது.

அவருடைய இசையையும் வாழ்வையும் இணக்கமான முறையில் இயைந்து நோக்க என்னால் இயலவில்லை. கலையின் ஒவ்வொரு அம்சமும் கலைஞரின் ஆன்மாவையும் அவருடைய வாழ்வனுபவத்தையும் பிரதிபலிக்கிறது. ஒரு கலைஞர் தன்னுடைய 'உண்மையான சுய'த்தை ஒப்பனைத் திரையிட்டு மறைத்துக்கொள்ள எவ்வவளவுதான் முயன்றாலும் அவருடைய மெய்யான அடையாளம் கலையின் வழியே வெளிப்பட்டுவிடுகிறது. எம்.எஸ். விஷயத்தில், கேட்பவர்களை ஆற்றுப்படுத்திய, விவரிக்க இயலாத, அழியாத, உண்மையிலேயே தெய்வீகமான இசை, மிகவும் சிக்கலான, வெளி உலகம் அறியாத ஓர் ஆளுமையிடமிருந்து வெளிப்பட்டிருக்கிறது. அவர் துணிச்சலானவர். உணர்ச்சிமயமானவர். அவருடைய வாழ்க்கை அனேகமாக எப்போதும் வேறொருவரின் கட்டுப்பாட்டில் இருந்திருக்கிறது. அவருடைய இசையில் அவருடைய வாழ்க்கையை என்னால் கேட்க முடியவில்லை. அவருடைய இசையின் வாயிலாக அவருடைய வாழ்வை உள்வாங்கவும் என்னால் முடியவில்லை. எனக்குப் போதிக்கப்பட்டிருந்த எம்.எஸ்.ஸின் படிமம் என் கண்களைக் கட்டியிருந்தது. எம்.எஸ். பற்றிய சில கருத்தாக்கங்கள், ஒரு சில வரிகள்,

சில பத்திகள் என்று சில மாதங்கள் திணறினேன். பிறகு அவை அனைத்தையும் துறந்தேன். எக்கச்சக்கமான சுமையை நான் இறக்கி வைக்க வேண்டியிருந்தது.

நான் வியந்த அந்த ஆளுமையை இனங்காண அவருடைய இசை எனக்கு உதவுமா?

பொலிவியாவில் மலையேற்றத்துக்காகப் போயிருந்தேன். வெவ்வேறு காலகட்டங்களில் எம்.எஸ். பாடிய பாடல்களை உடன் எடுத்துச்சென்றிருந்தேன். **16000** அடி உயரத்தில் கூடாரத்தில் தங்கியிருந்த அந்த நீண்ட இரவுகளில் எம்.எஸ். பாடல்களே எனக்குத் துணையாக இருந்தன. மலைகளின் மவுனத்திற்கிடையே எம்.எஸ்.ஸின் இசையின் மவுனத்துக்குள் அமிழ்ந்துபோனேன். அந்தச் சமயத்தில்தான் கட்டுரை பிறந்தது.

கர்னாடக இசை உலகைச் சேர்ந்த பலரும் மரியாதைக் குறைவாக நான் எழுதிவிட்டதாகக் கருதினார்கள். இவர்கள் நான் எழுதியதை உண்மையிலேயே படித்ததாக எனக்குத் தோன்றவில்லை. ஒரு கலைஞரின் வாழ்வில் – அதிலும், கடவுளுக்கு இணையாக வைக்கப்பட்ட கலைஞரின் வாழ்வில் – நடந்த போராட்டங்களையும் கொந்தளிப்புகளையும் அறிந்துகொள்ளும் விருப்பமும் அவர்களுக்கு இருந்ததாகவும் தோன்றவில்லை. எம்.எஸ். தெய்வீகமானவர் என்று நம்ப விரும்புகிறோம். ஆனால், ஒருவரது வாழ்வில் நிகழும் மேலும் கீழுமான ஊசலாட்டத்திலிருந்துதான் கலை பிறக்கிறது. அவரது வாழ்வின் துயரங்களை மூடிமறைக்க விரும்புகிறோம். ஆனால், அந்த அனுபவங்களிலிருந்து வெளிப்பட்ட

இசையை ஆராதிக்கிறோம். இது கொடூரமானதாகத் தோன்றுகிறது. அவரது துயரங்கள் உண்மையானவை அல்லவா? நமது பார்வைகளிலுள்ள முரண்களை நாம் புறக்கணிக்க இயலாது. இந்த முரண்களோடு உறவாடி அவற்றைப் புரிந்துகொள்வதன் மூலமாகத்தான் உண்மைகளை உணரும் வாழ்வை நாம் வாழ முடியும். எம்.எஸ்.ஸின் துயரங்களை ஒப்புக்கொள்ள மறுப்பவர்கள் அவருடைய உண்மையான குரலைக் கேட்டதே இல்லை என்றே சொல்ல வேண்டும்.

டி.ஜே.எஸ். ஜார்ஜ் எழுதிய ‘எம்.எஸ். வாழ்க்கை வரலா’ற்றின் தெலுங்கு மொழியாக்க நூல் வெளியீடு ஹைதராபாதில் நடந்தது. அதில் கலந்துகொண்டபோது இதைப் பற்றியெல்லாம் நான் கோடிகாட்டினேன். அங்கே நான் பேசிய விஷயங்கள் பெரும் சர்ச்சையைக் கிளப்பின. இசைக் கலைஞர்கள் உள்ளிட்ட கர்னாடக இசையுலகைச் சேர்ந்த பலர் ஆத்திரத்துடன் எதிர்வினை யாற்றினார்கள். தர்க்கமில்லாத வாதங்களை முன் வைத்தார்கள். சாதி, பாலினம் ஆகிய விஷயங்களில் கர்னாடக இசை உலகம் அப்பழுக்கற்றது என்றும் பாரபட்சம் என்பது அனேகமாகக் கிடையாது என்றும் அவர்கள் சொன்னார்கள். இது உண்மை என்றால், மனித இனத்தின் எந்தச் செயல்பாட்டிலும் பாரபட்சம் இல்லை என்றே சொல்லிவிடலாம். எத்தனையோ துறைகளில் பெண்கள், ஆப்பிரிக்க அமெரிக்கர்கள், தலித்துகள், இனச் சிறுபான்மையினர், மதச் சிறுபான்மையினர்

ஆகியோர் சாதிக்கவில்லையா என்ன?,இதை வைத்துப் பாரபட்சமே இல்லை என்று சாதித்துவிடலாமே.

அங்கே என்ன பேசினேன் என்னும் விவரங்களுக்குள் போக விரும்பவில்லை. அது யூடியூபில் பார்க்கக் கிடைக்கிறது. தனிநபர்கள் என்ற முறையிலும் சமூகக் குழுவாகவும் நம்மைப் பற்றி நேர்மையாக நம்மால் சிந்தித்துப்பார்க்க முடியவில்லை என்றால் நஷ்டம் நமக்குத்தான். எம்.எஸ்.ஸின் வாழ்க்கை, அதைவிட முக்கியமாக அதை நாம் பார்க்கும் விதம், கறாராகத் துருவி ஆராயப்பட வேண்டியது. இப்போதைக்குக் கர்னாடக இசை உலகம் உண்மையைப் பார்க்க மறுக்கும் மனநிலையில் இருப்பதாகத் தோன்றுகிறது. இந்த நிலை மாறும் என்று நம்புகிறேன். நாம் மேலும் திறந்த மனத்துடன் அனைவரையும் உள்ளடக்கும் இசைச் சமூகமாக உருவாகும் காலம் ஒன்று வரும் என்றும் நம்புகிறேன். அன்று, எல்லா விஷயங்களைப் பற்றியுமான நேர்மையான விவாதம், கருத்துப் பரிமாற்றம், கற்றல் ஆகியவை சாத்தியப்படும். அன்று இசை புத்துயிர் பெறும்.

ஆங்கில இலக்கிய வட்டாரங்களில் நடப்பதைக் காட்டிலும் மேலான விவாதங்கள் தமிழ் இலக்கியச் சூழலில் நடப்பதைக் காண்கிறேன். எனவே இந்தக் கட்டுரையைத் தமிழில் வெளியிட வேண்டும் என விரும்பினேன். தீவிர இலக்கிய இதழான *காலச்சுவடு* இதை வெளியிட முன்வந்ததில் எனக்குப் பெருமை.

பிரதிக்குத் தீவிரத்தன்மையையும் முக்கியத்துவத்தை யும் கூட்டும் எண்ணற்ற உணர்வுபூர்வமான அடுக்கு களை மொழியாக்கத்தில் தக்கவைப்பது எளிதல்ல. ஆனால், அரவிந்தன் அதைத் தக்கவைத்ததுடன், கட்டுரைக்கு அலாதியான தமிழ்த் தன்மையையும் கொடுத்துவிட்டார். மதுரையில் பிறந்து இந்தியாவின் பண்பாட்டு அடையாளமாக மாறிய பெண்ணின் கதையை அப்படித்தானே சொல்ல வேண்டும்.

கர்னாடக இசையில் என்னுடைய பால பருவத் தில், அந்த இசையின் ஒவ்வொரு சிறு நுட்பமும் மகத்தானதாகத் தெரிந்த அந்தக் காலத்தில், எம்.எஸ். சுப்புலட்சுமியின் இசை குறித்து இளக்கார மான எண்ணத்தையே கொண்டிருந்தேன். ஆனால், கலையின் சூட்சுமமான, விளக்க இயலாத, ஆழங் காண இயலாத தருணங்களைத் தேடி இசையில் மூழ்கியபோது எம்.எஸ்.ஸைக் கண்டுணர்ந்தேன். அந்தப் பயணத்தில், இசையையும் கண்டுணர்ந்தேன். ஒருவர் கலையினுள் வாழ வேண்டுமென்றால் இளகும் தன்மை கொண்டவராக இருக்க வேண்டும்; கலைக்குத் தன்னை ஒப்புக்கொடுக்க வேண்டும் என்பதைக் கற்றுக்கொண்டேன். அவரது வாழ்வின் சிக்கல்கள் அவர் பாடிய ஒவ்வொரு ராகத்திலும் வெளிப்பட்டன. அவருடைய வாழ்வும் இசையும் இசைவிணக்கம் கொண்டிருந்தன. உயர் சாதி/வர்க்க ஆண்களின் உலகில் தனியாக ஒரு பெண் எதிர்கொண்ட போராட்டங்களை அவை வெளிப்படுத்தின. தன் இதயத்தின் குரலை

அவர் பாடினார். சொற்களின் பொருளுக்குள் அடங்காத பல ரகசியக் கதைகளை அவருடைய இசை நமக்குக் கடத்தியது. அதையெல்லாம் நாம் கேட்டுக் கொண்டிருக்கிறோம் என்று அவர் நம்பியிருப்பார். இந்தக் கட்டுரையை எழுதும்போது எம்.எஸ். என்னை எனக்கு உணர்த்தினார். எல்லாவற்றையும் எடைபோடும் என் மனதை அவர் எனக்கே அம்பலப்படுத்தினார். இசையின் தூய்மை குறித்து என் மனதில் கட்டமைக்கப்பட்டிருந்த முன்முடிவுகள் வன்முறை நிரம்பிய பாரபட்சங்கள் என்பதை உணரவைத்தார்.

இந்தக் கட்டுரை அவருடைய நினைவை அவமதிப்ப தாகச் சிலர் கருதுகிறார்கள். உண்மையில் ஆகச் சிறந்த முறையில் நான் அவரைக் கொண்டாடியிருக்கிறேன். துணிச்சலான தேவதாசியாக, நிர்ப்பந்தங்களுக்குட்பட்ட பிராமண இல்லத்தரசியாக, கொண்டாடப்பட்ட இசைக் கலைஞராக, அமைதியாக உண்மையைத் தேடும் ஞானியாக வாழ்ந்த பெண்ணின் கதையைச் சொல்லி யிருக்கிறேன்.

பண்பாட்டு ரீதியாக வலிமை கொண்டவர்கள் அரசியல் அதிகாரத்தை அடைவதன் பெயரால் பெண் வெறுப்பு, சாதியவாதம், மத வேற்றுமை ஆகியவற்றை நியாயப்படுத்தும் இந்தக் காலகட்டத்தில் எம்.எஸ். மிகுந்த முக்கியத்துவம் பெறுகிறார். வழக்கமான பொருளில் அவர் பெண்ணியவாதியாக இல்லாமல் இருக்கலாம். ஆனால், அவர் தனக்கான இடத்தை அடையப் போராடினார். கடினமாகப் போராடினார்.

தான் அழகூட்டிய ஸ்வரங்களுக்கிடையே அதை அவர் கண்டடைந்தார்.

அவருடைய இசை நம்மை நெகிழவைக்கிறது. அவருடைய வாழ்வு நம்மிடையே மாற்றத்தை ஏற்படுத்துமாக.

சென்னை   டி.எம். கிருஷ்ணா
29.12.2017

எம்.எஸ்.
காற்றினிலே கரைந்த துயர்

கூர் நாக்கு கொண்ட இளம் இசைக் கலைஞர் ஒருவர் எண்பதுகளின் இறுதியில், தனிப்பட்ட உரையாடலில் எம்.எஸ். சுப்புலட்சுமியைப் பற்றி அசாதாரணமான கருத்தைச் சொன்னார். 'எம்.எஸ். சுப்புலட்சுமி,' என்று தொடங்கும்போதே அவர் குரலில் இளக்காரம் தொனித்தது. "இருபதாம் நூற்றாண்டின் மாபெரும் மோசடி" என்றார். இப்படிப்பட்ட கருத்தை நான் மேற்கோள் காட்டுவதையே தெய்வ நிந்தனைக்கு இணையான குற்றமாக வாசகர்கள் பலர் கருதுவார்கள். அவர் அப்படி சொன்னது ஏன் என் மனத்தில் தங்கிவிட்டது என்பதை இனி விளக்கப் போகிறேன்.

சந்தைப்படுத்தும் உத்திகள்தாம் மதுரை சண்முகவடிவு சுப்புலட்சுமியைக் கர்நாடக இசையின் உலகளாவிய முகமாகவும் குரலாகவும் மாற்றியது என்னும் வாதம்தான் அந்த இளம்கலைஞரின் கூற்றுக்கு அடிப்படை. எம்.எஸ்.ஸின் இசை மேலோட்டமானது, காத்திரமான உள்ளீடற்றது என்பது அவர் கருத்து. கர்நாடக இசை உலகைச் சேர்ந்தவர்கள் மோசடி என்னும் சொல்லைப் பயன்படுத்த மாட்டார்கள் என்றாலும், எம்.எஸ்.ஸின் அந்தஸ்து திட்டமிட்டு உருவாக்கப்பட்டது என்னும் கருதுகோளை அவர்கள் அனைவரும் ஒவ்வொரு அளவில் ஏற்கக்கூடும். எம்.எஸ்.ஸின் இசையை அவரது ஆசானும் கணவரும் வணிக மதியூகியுமான டி. சதாசிவம் திட்டமிட்டுச் சந்தைப்படுத்தினார் என்பது தெரிந்ததே. ஆனால் அவர் சந்தைப்படுத்திய இசை உள்ளீடற்றது என்று சொல்வதை ஏற்க முடியாது.

கர்நாடக இசை உலகமும் அதன் இதயம்போன்ற சென்னையும் தீவிரமான, தனித்த ஓர் உலகத்தைப் போன்றவை. அதில் நிலவும் நடைமுறைகளும் மதிப்பிடும் முறைகளும் மிகவும் கடுமையானவை. உரையாடல்கள், முறைசாரா விமர்சனங்கள், சமிக்ஞைகள் ஆகியவற்றின் மூலம் தேர்ந்த இசைக் கலைஞர்களும் விவரமறிந்த ரசிகர்களும் பரஸ்பர இசைவுடன் செயல்படுகிறார்கள். மரபார்ந்த மதிப்பீடுகள் என்று சொல்லப்படும் மதிப்பீடுகளை வெவ்வேறு அளவுகளில் இசைக் கலைஞர்மீது இவர்கள் உருவாக்கிவிடுகிறார்கள். கலைஞர் வளரவளர இந்த மதிப்பீடுகள்சார்ந்த

அளவுகோல்கள் மேலும் கடுமையாகிவிடுகின்றன. இந்தக் கலைஞர்களில் சிலர் எம்.எஸ்.ஸை வெளிப்படையாகவே புகழ்கிறார்கள்; ஆராதிக்கிறார்கள். அவரது கச்சேரி உத்திகளைக்கொண்டு தமது கச்சேரியை மெருகேற்றிக் கொள்கிறார்கள். ஆனால் அவரது இசையை விமர்சனபூர்வமாகவோ உத்திகளின் அடிப்படையிலோ அலசி ஆராய்ந்து பாராட்டுவது அரிதாகவே இருக்கிறது. எம்.எஸ்.ஸின் சமகாலத்தவர்களும் அவரைக் காட்டிலும் இளையவர்களும் இசை சார்ந்து எம்.எஸ்.ஸைவிட மேலான பாராட்டைப் பெற்றிருக்கிறார்கள்.

எம்.எஸ். இறந்து பத்தாண்டுகளுக்குமேல் ஆகியுள்ள நிலையில், அவரது நூற்றாண்டு நடக்கும் சமயத்தில் நிலவும் இந்தச் சூழ்நிலைதான் அவர் புகழின் உச்சியில் இருந்தபோதும் நிலவியது. இனிமையான இசையைக் கேட்பதற்காக மட்டும் கச்சேரிகளுக்கு வரும் பாமர ரசிகர்களுக்கும் உண்மையான ரசிகர்களுக்கும் இடையே உள்ள வித்தியாசம் நுட்பமான ரசிகர்களுக்கும் கலைஞர்களுக்கும் தெரியும். இந்தச் சிறிய உலகின் கறாரான விமர்சகர்கள் எம்.எஸ்.ஸின் சுருதி பிசகாத இனிய சாரீரம், இசையை வழங்கும் திறன் ஆகியவற்றை மனதார அங்கீகரிப்பார்கள். ஆனால் இந்தக் கலவையை ஒரு பெரிய பாராட்டாகக் கலைஞர்கள் கருதுவதில்லை என்பதையும் இங்கு சொல்லியாக வேண்டும். இசைகுறித்துச் சொல்வதற்குப் பெரிதாக எதுவும் இல்லை என்பதையே பொதுவாக இது குறிக்கிறது. மக்கள் தன்னுடைய குரலை மட்டுமே பாராட்டுவதை எண்ணி எம்.எஸ். நொந்துகொள்வதுண்டு என்று

அவருக்கு நெருக்கமானவர்களிடமிருந்து அறிந்தவன் நான். அதைவிட மோசம், அவர் அணியும் அற்புதமான புடவையைப் பற்றியும் மக்கள் சிலாகித்துப் பேசுவார்கள்.

நான் இதோடு நிறுத்திக்கொள்வது நல்லது என்று பலர் நினைக்கலாம். ஏனென்றால் அவர்கள் மதிக்கும் எம்.எஸ். வேறு. எம்.எஸ்.ஸின் வடிவில் கடவுள்கள் பேசியதாக, இன்னமும் பேசுவதாக அவர்கள் நினைக்கிறார்கள். சகுந்தலாவும் மீராவும் எம்.எஸ்.ஸின் குரலில் பாடினார்கள். தியாகய்யர், கபீர், சூர்தாஸர் போன்ற மகான்களின் கவிதைகள் இவர்மூலம் உயிர் பெற்றன. அவர் பாடிய ஒவ்வொரு ஸ்வரமும் ஒவ்வொரு வரியும் விலைமதிப்பற்ற ரத்தினம். ஒவ்வொரு பாடலும் கம்பீரமும் கண்ணியமும் மிகுந்த ஆபரணம். தெய்வங்களைப் பூமிக்கு அழைத்துவந்த தெய்வீக வாகனம் அவர். எந்த அளவுக்குத் தெய்வீகம் என்றால் அவரே ஒரு தெய்வம். மக்கள் எம்.எஸ்.ஸை இப்படித்தான் பார்க்கிறார்கள். தூய அழகியல் ரசனை கொண்டவர்கள் இப்படிப்பட்ட மக்களைப் பாமரர்களாகவும் இசை உலகிற்கு வெளியில் இருப்பவர்களாகவும் கருதத் தலைப்படுவார்கள்.

எம்.எஸ். பற்றிய கதையாடல்கள் பொதுவாக இரு பாதைகளில் ஒன்றையே பின்பற்றுகின்றன. அவரது தனிப்பட்ட வரலாறு மிகவும் பிரபலமானது. சமூகரீதியாக நம் மனங்களைக் கவரக்கூடியது. தேவதாசி குலப் பின்னணிகொண்ட ஒருவர் பிராமண இசையுலகின் உச்ச நட்சத்திரமாக வளர்ந்த கதை, கதாசிரியர்களைக் கவரக்கூடிய ஒரு கனவு. அவரது

வாழ்க்கை பரதநாட்டிய உலகின் மாபெரும் நட்சத்திரம் டி. பாலசரஸ்வதியுடன் ஒப்பிடப்படுவது தவிர்க்க இயலாதது. 1918இல் சென்னையில் பிறந்த பால சரஸ்வதி தனது தேவதாசி வேர்களைத் துறக்கவில்லை என்பதோடு தன்னுடைய பூர்வீகத்தைப் பகிரங்கமாக வெளிப்படுத்தவும் செய்தார்.

எம்.எஸ். பற்றிய எழுத்துக்களில் இரண்டாவது வகை அவரது இசைமீது கவனம் செலுத்துகிறது. புகழ்மாலை என்றே இதைச் சொல்ல வேண்டும். எம்.எஸ். ஏற்படுத்திய விளைவுகளை விவரிக்கும் முயற்சியில் சொற்கள் தம் திறனை இழந்துவிடுகின்றன. அவரது வாழ்வையும் இசைசார்ந்த இயக்கத்தையும் ஒற்றை இழையாக நம்மால் பார்க்க இயலுமா? ஒன்றை வைத்து மற்றொன்றைப் புரிந்துகொள்ள இயலுமா?

எம்.எஸ். சுப்புலட்சுமியின் வாழ்வும் பணிகளும் தீவிர ஆய்வுக்கு உரியவை. அவரைப்பற்றி மாறுபட்ட இரு கோணங்கள் நிலவுவதற்கான காரணம் அவர் மேற்கொண்ட தேர்வுகளா அல்லது அவருக்கு இருந்த நிர்ப்பந்தங்களா? நேரெதிர் பொருள்கள்கொண்ட இந்த இரு சொற்களையும் நான் வேண்டுமென்றேதான் பயன்படுத்துகிறேன். மகத்தான ஆற்றல்கள்கொண்ட கலைஞர் என்ற முறையில் அவரது தேர்வுகளுக்கும், பலவீனங்கள் நிரம்பிய பெண் என்ற முறையில் அவருக்கான நிர்ப்பந்தங்களுக்கும் இடையில் ஓயாமல் உரசல் இருந்துவந்தது. ஆரம்பகட்ட எம்.எஸ். மரபின் மூலம் தன்னிடம் வந்துசேர்ந்த இசையைப் பாடிப் புகழ்பெற்றார். பிற்கால எம்.எஸ்.

ஆன்மிக மறுமலர்ச்சிக்காகப் பாடிப் பொதுமக்களின் வழிபாட்டுக்கு உரியவரானார். மகத்தான நிலையிலிருந்து பிரம்மாண்டமான நிலைக்கு மாறிய இந்த உருமாற்றம் அசாதாரணமானது.

எம்.எஸ்.ஸின் ஆரம்பகால வாழ்வு பற்றிய புனைவுகளிலிருந்து அடிப்படையான சில தகவல்களை நாம் பெறலாம். மதுரை நகரில் வீணைக் கலைஞராக மதிக்கப்பட்ட ஒரு தேவதாசிப் பெண்மணிக்கு 1916இல் சுப்புலட்சுமி பிறந்தார். தேவதாசி குல வழக்கப்படி தன் அன்னையின் பெயரையே தன் முன்னெழுத்துக்களாக வைத்துக்கொண்டார். மதுரை சண்முகவடிவு என்ற அந்தப் பெயரே எம்.எஸ். என்று நிலைபெற்றுவிட்டது. சண்முகவடிவு திருமணமாகாதவர். அந்தப் பெண்ணின் தகப்பனார் யார் என்பது பெயரற்ற புகைமூட்டத்தில் மறைந்துவிட்டது. எம்.எஸ்.ஸைப் பொறுத்தவரை அவர் மதுரையைச் சேர்ந்த பிராமண வழக்கறிஞர் சுப்பிரமணிய ஐயர்.

பத்து வயதாக இருக்கும்போது எம்.எஸ். உலகிற்கு அறிமுகம் செய்து வைக்கப்பட்டார். செஞ்சுருட்டியில் அமைந்த 'மரகத வடிவம்' என்னும் பாடலை அவர் பாட, ஹெச்.எம்.வி. இசைத் தட்டாக அது வெளிவந்தது. அவரது அந்தக் கட்டத்து இசையை மதிப்பிடுவது நியாயமல்ல என்றாலும் அந்தப் பாடலில் குறிப்பிடத்தக்க அழகியல் அம்சங்கள் இருக்கின்றன. 1926இல் பதிவுசெய்யப்பட்ட அந்தப் பாடலில் அந்தச் சிறுமி துல்லியமான, துணிச்சலான இசை வெளிப்பாட்டைக் கொண்டிருந்தார். வேகமான வரிகளை அபாரமாகப் பாடக்கூடிய விதத்தில் அவரின்

குரலில் விறுவிறுப்பு இருந்தது. அவர் இசையின் த்வனி இயல்பாகவும் கட்டற்றதாகவும் இருந்தது. பாடலின் திருப்பங்கள், முடிச்சுக்கள் ஆகியவற்றை எந்தச் சிக்கலும் இல்லாமல் அவர் குரல் கையாண்டது. இன்று அந்தப் பாடலைக் கேட்கும்போது ஒரு சித்திரம் என் மனத்தில் எழுகிறது. எண்ணெய் தடவிப் படிய வாரிப் பின்னிய தலைமுடியுடன் பாவாடை, சட்டை அணிந்த ஒரு சிறுமி அமைதியாகப் பாடுகிறாள். பெரும் இசைக் கலைஞராக உருவெடுப்பதற்கான அடையாளம் அவளிடம் தெரிகிறது.

அந்தப் பாடலைப் பாடிய விதத்தில் அவரின் ஆளுமை வெளிப்படுகிறது. உறுதியும் பிடிவாதமும் மிகுந்த ஒரு மாணவியின் சரளமான பாடல் அது. அசாதாரணமான திறமை தன்னிடம் இருப்பதை நன்கு உணர்ந்து அவர் பாடியிருப்பதாகவே தோன்றுகிறது. அதே சமயம் இசையைத் தவிர வேறொன்றையும் அறியாத குழந்தைத்தனமும் அதில் புலப்படுகிறது. தன் ஆற்றலைப்பற்றிய ஐயம் துளியும் இல்லாமல் அவர் பாடியிருக்கிறார்.

இதே பண்புகள்தாம் தன் அன்னையின் பிரச்சினைகள் மிகுந்த இல்லத்தை விட்டு வெளியேறும் துணிச்சலை அவருக்கு அளித்தன. 1936இல், தன் 20ஆவது வயதில், மதுரை ஹனுமந்தராயர் கோவில் தெருவை விட்டு வெளியேறினார். சென்னைக்குப் போன அவர் நடுத்தர வர்க்கத்தைச் சேர்ந்த பிராமணரான டி. சதாசிவத்தின் வீட்டில் தஞ்சமடைந்தார். சதாசிவம் துடிப்பானவர். *ஆனந்த விகடனின்* விளம்பரப் பிரிவு மேலாளர். புகழ்பெற்ற அதன் ஆசிரியர் கல்கியின்

நெருங்கிய நண்பர். இருவரும் சுதந்திரப் போராட்ட இயக்கத்தில் தீவிரமாக ஈடுபட்டிருந்தார்கள். இவர் என்னுடைய மனசாட்சி என்று காந்தி குறிப்பிட்ட ராஜாஜியின் அத்யந்த சீடர்களாகவும் இருந்தார்கள்.

புகழ்பெற்ற சங்கீத சபாவான மியூஸிக் அக்காதெமியில் பாடுவதற்காகச் சென்னைக்கு வந்த சமயத்தில் சதாசிவத்தைச் சந்தித்தார் எம்.எஸ். சென்னைக்குத் திரும்பவும் வந்த அவர் சதாசிவத்திடம் அடைக்கலம் தேடியே வந்திருக்கிறார். சதாசிவத்தைப் பற்றிப் பெரிதாக எதுவும் அவருக்குத் தெரியாது. அப்படிப் பட்டவரை நம்பிச் சென்னைக்கு வந்துவிட்டார். உறுதியோடு அந்த முடிவை அவர் எடுத்தது மிகவும் வியப்புக்குரியது. அவர்களுடைய கூட்டணி இரண்டு சுதந்திரமான, வலுவான நபர்களுக்கிடையே உருவான கூட்டணி. தனக்கு என்ன வேண்டும் என்பது அவர்கள் இருவருக்குமே தெரியும்; மற்றவரின் திறமை என்ன என்பதும் தெரியும்.

தன் மகள் இசைத்துறையில் வளர்வதற்குத் தன்னால் என்னவெல்லாம் செய்ய முடியுமோ அதையெல்லாம் சண்முகவடிவு செய்தார். ஆனால் மதுரையில் அவரது சூழலை விஞ்சி எம்.எஸ். வளர்ந்துவிட்டார். கர்நாடக இசையின் எல்லா அம்சங்களுக்கும் மையமாகச் சென்னை விளங்கியது. இசையில் பெரும் தாகம் கொண்டிருந்தார் எம்.எஸ். இசையுலகில் பெரிதாகச் சாதிக்க வேண்டும் என்னும் கனவுக்கு அதுவே ஆதாரமாக இருந்தது.

மதுரையிலிருந்து வந்த இளம் தேவதாசிக்கு அடைக்கலம் கொடுத்த சதாசிவம் ஏற்கெனவே திருமண மானவர். "எல்லாரும் என்ன ஷொல்லுவாளோ?" என்ற கேள்வி அவர் மனத்தில் கட்டாயம் ஓடியிருக்கும். எம்.எஸ்.மீது அவர் அன்பு கொண்டிருந்தார். அவர் முற்போக்கான சிந்தனைகள் கொண்டவர். இதை யெல்லாம் தாண்டி, எம்.எஸ்.ஸின் இசை மகத்துவத்தை அவர் கண்டுணர்ந்திருக்க வேண்டும். அப்படிப் பட்டவரைத்தான் ஆதரித்தாக வேண்டும் என்பதையும் அறிந்திருப்பார்.

இசைக்கான குரல் என்பது மிகவும் சிக்கலானது. ஒவ்வொரு மனிதரும் தனக்கேயுரிய வேகத்தில் பேசுவதைப் போலவே ஒவ்வொரு இசைக் கலைஞரும் ஒரு குறிப்பிட்ட வேகத்தில் தன் குரல் மிகவும் சவுகரியமாக இருப்பதாக உணருவார். வாய்ப்பாட்டுக் கலைஞரின் இசையானது உடல்சார்ந்த தன்மைகளை மட்டுமல்லாது உளவியல் தன்மைகளாலும் உருவா கிறது. ஒவ்வொரு குரல் வாகும் தன்னளவில் அலாதி யானது. ஒரு கலைஞரின் பயிற்சியின் எல்லைக்கு உட்பட்டும் இது மாறாது இருப்பதில்லை. குரலின் இசைசார்ந்த வளர்ச்சி, நரம்புகளில் (தசைகளில்) ஏற்படும் பாதிப்புகள் ஆகியவற்றைப் பொறுத்து ஒரு கலைஞர் தனது எண்ணங்களையும் செயல்களையும் தன்னையறியாமலேயே மாற்றி அமைத்துக்கொள்கிறார். குரலுக்குத் தீவிரமான சேதம் எதுவும் ஏற்படாத வரையில் ஒரு பாடகரின் இசைப் பயணத்தில் ஏற்படும் எந்த மாற்றமும் முன்னேற்றமாகவே இருக்கும்.

நட்சத்திரமாக உருப்பெற்ற ஆரம்பகாலங்களில் எம்.எஸ்.ஸின் இசை அவரது பத்து வயதில் நாம் கேட்ட அந்தக் குரலின் தொடர்ச்சியாகவே இருக்கிறது. அவரது குரலை 'பிருகா சாரீரம்' என்று சொல்லலாம். இசையின் வரிகள் எவ்வளவு சிக்கலானவையாக இருந்தாலும் அவற்றை வேகமாகவும் துல்லியமாகவும் நேர்த்தியாகவும் வெளிப்படுத்தக்கூடிய குரல். இசையின் வரையறையில் எந்தச் சமரசமும் செய்துகொள்ளாமல் அபாரமான துல்லியத்துடன் பாடுவார். இதற்கான பிரக்ஞைபூர்வமான முயற்சி எதுவும் அவரிடம் இருந்ததாகத் தெரியவில்லை. வலிந்து திணிக்கப்படும் அறிவின் குறுக்கீடு எதுவும் இல்லை. இந்த அழகியல் அவருக்கு இயல்பாகக் கைகூடியது.

அவருடைய அப்போதிய இசையில் புதிய பாணி இருந்தது. பிரத்தியேகமான முத்திரை இருந்தது. அந்த இசை நவீனமானதாகவும் அநாயாசமானதாகவும் இருந்தது. அதில் அக்கறை இல்லை என்று இதற்குப் பொருள் கொள்ளக் கூடாது. அச்சமற்ற இசை என்றே கொள்ள வேண்டும். அதாவது தவறு நிகழ்ந்துவிடுமோ, குறை ஏற்பட்டுவிடுமோ என்ற அச்சம் துளியும் இல்லை. அவரது பாணியில் அவசரம் இல்லை. ஆனால் அது சிறகடித்துப் பறந்தது. வேகமான அசைவுகள் உண்டு. தடுமாற்றம் இல்லை. நவீனமான, புதுமையான பாணி எல்லையற்ற சிறகடிப்பிலிருந்து உருவானது. வேறு யோசனை எதுவும் இன்றி, வானில் பறந்து மகத்தான உயரங்களைத் தொடுவதற்கான யத்தனம் நிகழும்போது கலைஞர்கள், பிடிகொடுக்காமல் நழுவும் கலையின் உன்னத நிலையை அடைகிறார்கள்.

எம்.எஸ்.ஸின் ஆரம்பக்கால இசை மிகவும் சமகாலத் தன்மைகொண்ட இளம் கலைஞராக அவரை அடையாளம் காட்டுகிறது. தாராளப் போக்கைக் கொண்ட பெண்ணியவாதியாக, மக்கள் என்ன நினைக்கிறார்கள் என்பது பற்றிக் கவலைப்படாதவராக அவர் தென்படுகிறார். இந்தப் போக்கு தேவதாசி இசை மரபோடு இணைந்தது என்று பலரும் கருதியிருக்கிறார்கள். தேவதாசி மரபில் வந்த கலைஞர்கள் மிகவும் ஆணித்தரமாகவும் கலாபூர்வமான தன்னம்பிக்கையுடனும் இருப்பார்கள். சுரண்டலிலிருந்து கூடியவரை தற்காத்துக்கொள்வதற்கான வழிமுறை இது. முட்டாளாக அடிக்கப்படக்கூடாது, சாதாரணக் கலைஞர்களாக நடத்தப்படக் கூடாது என்பதில் அவர்கள் கவனமாக இருப்பார்கள். அழகியல்ரீதியாக அவர்களுடைய படைப்பு மதிக்கப்பட வேண்டும்; இசையை வழங்குவதற்கான அவகாசமும் வெளியும் அவர்களுக்கு அளிக்கப்பட வேண்டும்; தங்களின் சுதந்திரம் காப்பாற்றப்படக்கூடிய சூழலை உருவாக்கிக் கொள்ள வேண்டும். இந்தப் போக்கு தந்தைவழிச் சமூகத்திற்கு அப்பாற்பட்டது; பழமைவாதத்திற்கு எதிரானது. இசை சார்ந்த இந்த ஜனநாயகத் தன்மை தேவதாசிகள் கற்றுக்கொள்ளும் முறையிலுள்ள உயிரோட்டமான இயல்பிலிருந்து உருவானது.

ஆனால் எம்.எஸ்.ஸின் இசை சென்னையில் நிலவிய வலுவான தேவதாசி இசை மரபிலிருந்தும் வெகுவாக மாறுபட்டது. வீணை தனம்மாளின் பாணியிலிருந்து வேறானது. தனம்மாள் இருபதாம் நூற்றாண்டின் தொடக்கத்தில் புகழ்பெற்றவர். அவர் பாணியிலான

இசை மிதமான வேகம் கொண்டது. நெளிவுசுளிவு களும் நுட்பமான நகாசு வேலைகளும் கொண்டது. தனம்மாள் பாணி இசை அவரது பேரப்பிள்ளைகளான டி. பிருந்தா, டி. முக்தா, டி. விஸ்வநாதன் ஆகியோரால் பிரபலப்படுத்தப்பட்டது. இதுவே தேவதாசி மரபைப் பிரதிநிதித்துவப்படுத்துவதாகக் கொள்ளப்பட்டது. தேவதாசிகளின் இல்லங்கள் இசை அழகியல் குறித்த மாறுபட்ட கோட்பாடுகளை வளர்த்து வந்தன என்பதை நாம் மறந்துவிட்டதாகத் தெரிகிறது. ஆனால் எம்.எஸ்.ஸின் ஆரம்பகால இசை இந்த யதார்த்தத்தை நமக்கு நினைவுபடுத்துகிறது.

எம். எஸ்.ஸின் இசை வித்தியாசமாக இருந்ததற்கு இசைசார்ந்த காரணங்களும் உள்ளன. எம்.எஸ்.ஸின் வாழ்க்கை வரலாற்றை எழுதிய டி.ஜே.எஸ். ஜார்ஜ் உள்ளிட்டவர்கள் அவருடைய அப்பா அன்றைய நட்சத்திர இசைக்கலைஞர் மதுரை புஷ்பவனமாக இருக்கலாம் என்று யூகிக்கிறார்கள். சண்முகவடிவின் சமகாலத்தவரான புஷ்பவனம் கர்நாடக இசையைக் கையாண்ட விதம் மிகுந்த வேகமும் துடிப்பும் கொண்டது. அவருடைய அணுகுமுறையைத் தன் தாயார் மூலமாக எம்.எஸ். கேள்விப் பட்டிருப்பதற்கான வாய்ப்பும் இருக்கிறது. சண்முகவடிவும் எம்.எஸ்ஸுக்கு இசை கற்பித்திருக்கிறார். எம்.எஸ்.ஸின் வாழ்வில் ஜி.என். பாலசுப்பிரமணியத்தின் (ஜி.என்.பி) பங்கும் இருந்திருக்கிறது. அவர் எம்.எஸ்.ஸைவிட ஆறு வயது பெரியவர். ஜி.என்.பி மீது எம்.எஸ்ஸுக்குப் பாராட்டுணர்வு இருந்தது மட்டுமல்ல, ஈர்ப்பும் இருந்தது என்பதை அறிவோம். அந்த ஈர்ப்பு பரஸ்பரம்

இருந்தது. எம்.எஸ். எழுதிய காதல் கடிதங்களை ஜி.என்.பி. தன் வாழ்நாளின் இறுதிவரை பாதுகாப்பாக வைத்திருந்ததிலிருந்து இதை அறியலாம்.

மயிலாப்பூரின் சூட்சுமமான தந்தைவழிச் சமூக மரபு எம்.எஸ். மீதான ஜி.என்.பி.யின் காதலை வெளிப்படுத்த முடியாமல் செய்துவிட்டது. பிராமணர்கள் அதிகம் வசித்த இந்தப் பகுதியில் இசையும் கோவில் சடங்குகளும்

காஞ்சிபுரம் பட்டின் இழைபோல பின்னிப் பிணைந்திருந்தன. 1930களின் இறுதியில் ஜி.என்.பி. கர்நாடக இசையை வழங்கும் த்வனி, சிந்தனை, பாணி ஆகியவற்றில் பெரும் மாறுதல்களைக் கொண்டுவந்தார். கர்நாடக இசையில் மேற்கத்திய தர்க்க முறைமையைக் கொண்டுவந்தார். கல்லூரிக்குச் சென்று பட்டம்பெற்ற முதல் கர்நாடக இசைக் கலைஞர் இவர் என்பது இதற்குக் காரணம் என்பார்கள். ஜி.என்.பி. ஆங்கில இலக்கியத்தில் ஹானர்ஸ் பட்டம் பெற்றார்.

ஜி.என்.பி.யின் குரல் மந்திர வசியம் கொண்டது. அசரவைக்கும் வேகத்தில் பாடியபோதும் அவருடைய இசை முழுக்கமுழுக்க கர்நாடக இசையாகவே இருந்தது. அதற்கு முன்பு யாரும் இதுபோலப் பாடியதில்லை. இந்த மேதை கர்நாடக இசைக்கு உத்வேகத்தையும் இளமையையும் வழங்கினார். சென்னையின் மேட்டுக்குடி இளைஞர்கள் இவரை மிகவும் விரும்பினர். இந்தக் காலகட்டத்திலிருந்து 1950கள் வரை எம்.எஸ்.ஸின் இசை ஜி.என்.பியின் இசையைப் போலவே இருந்தது. ஜி.என்.பி.யின்

டி.எம். கிருஷ்ணா

இசையையும் அவரது ஆழ்மனதையும் எம்.எஸ். பிரக்ஞை பூர்வமாகத் தன்வயப்படுத்திக்கொண்டதன் விளைவாக இது இருக்கலாம்.

எம்.எஸ்.ஸும் ஜி.என்.பி.யும் இசையில் இணைய ராக விளங்கினர் என்று சொல்லலாம். இருவரும் அவ்வப்போது இணைந்து பாடினார்கள் என்று இதற்கு அர்த்தம் அல்ல. 1940இல் இருவரும் 'சகுந்தலை' படத்தில் துஷ்யந்தனாகவும் சகுந்தலையாகவும் நடித்தார்கள். படத்தில் அவர்கள் இணைந்து பாடிய (டூயட்) பாடல்கள் என் கருத்துக்கு அரணாக இருக்கின்றன. ஜி.என்.பி.யின் இசைக்கு, வரிக்கு வரி யாராவது ஈடு கொடுக்க முடியும் என்றால் அது எம்.எஸ்.தான். அவர் எந்த சவாலை முன்வைத்தாலும் அதை வட்டியோடு திருப்பிக்கொடுப்பார் எம்.எஸ். அவருடைய "சங்கதியெல்லாம் பலபலபலன்னு விழும்" என்று சொல்வார்கள். அவை துடிப்புடனும் தெளிவாகவும் வந்து விழும். எம்.எஸ்.ஸின் இசையில் தோராயமான தன்மையோ கமுக்கமாகத் தப்பித்துகொள்ளும் தந்திரமோ இருக்காது. அவருடைய குரலும் இசையும் ஒன்றுடன் ஒன்று கச்சிதமாகப் பொருந்திப்போயின. அவரது விடாப்பிடியான குணம் அவற்றை வலுப் படுத்தியது.

இந்தக் காலகட்டத்தில் 78 ஆர்.பி.எம். இசைத்தட்டு ஒன்று வெளியானது. அதில் எம்.எஸ். ஹரிகாம்போஜியில் ஆலாபனை பாடியிருப்பார். முடிப்பதற்குச் சற்று முன்பு சில வரிகள் ஆரோகணத்தில் பளிச்சென்று துடிப்புடன் அமைந்திருக்கும். அது அப்படியே ஜி.என்.பி

பாணியிலானது. எம்.எஸ்.ஸின் இசை எந்த அளவுக்குக் கூர்மையானது, சாகசம் நிரம்பியது, ஆழமானது என்பதை இது காட்டுகிறது. ஜி.என்.பி.யின் இசைக்கும் இது அப்படியே பொருந்தும்.

1940ஆம் ஆண்டின் மத்தியில் இசைக் கலைஞர் என்ற முறையிலும் சினிமா நடிகர் என்ற முறையிலும் முக்கியமான நபராக எம்.எஸ். உருவெடுத்துவிட்டார். இந்த இரண்டு பரிமாணங்களும் ஒன்றையொன்று வளமூட்டின. இரண்டிலுமே அவர் ஒரு நட்சத்திரம். சதாசிவத்தின் மனைவி இறந்த பிறகு அந்த ஆண்டு ஜூலை மாதம் இருவரும் திருமணம் செய்து கொண்டார்கள். அன்று முதல் அவர்கள் உறவு அதிகார பூர்வமானதாக மாறியது. அதிலிருந்து எல்லாமே மாறத் தொடங்கின.

அதன் பிறகு நடந்ததை உருமாற்றம் அல்லது உளவியல்ரீதியான மறுகட்டமைப்பு என்று சொல்ல லாம். எம்.எஸ். சுப்புலட்சுமியின் ஆளுமை கட்டுப் படுத்தப்படத் தொடங்கியது என்றும் சொல்லலாம். சுதந்திர உணர்வுகொண்ட இளம் பெண் ஆதர்சமான பிராமண இல்லத்தரசியாக, மேட்டுக் குடியினர் மத்தியில் தூய்மை, பக்தி ஆகியவற்றின் அடையாளச் சின்னமாக மாறினார்.

கர்நாடக இசை உலகைச் சூழ்ந்திருந்த தந்தை வழிச் சமூக அமைப்பு எம்.எஸ். மற்றும் சதாசிவத் தின் சமூக, பண்பாட்டு வாழ்க்கையின் ஒவ்வொரு அம்சத்தையும் மாற்றி அமைத்தது. சதாசிவத்தின்

அரசியல் விடுதலையை நாடியது. ஆனால் தனிப்பட்ட முறையில் அவர் பழமைவாதி. தந்தைவழிச் சமூக மரபுச் சிந்தனையில் ஊறியவர். எம்.எஸ்.ஸின் மாற்றத்தை வடிவமைத்த சூத்ரதாரியாக அவர் இருந்தார். இந்த மாற்றத்துடன் கிடைத்த அங்கீகாரத்தை எம்.எஸ்.ஸே விரும்பியிருக்கலாம். சமூக மரியாதையும் பண்பாட்டுத் தளத்தில் மேலடுக்கில் இருந்த மக்களின் ஏற்பும் தந்த பாதுகாப்பு அவருக்கு முக்கியமானதாக இருந்திருக்கலாம்.

மதுரையில் வாழ்ந்த காலம் எம்.எஸ்.ஸுக்குப் பெரும் சுமையாக இருந்தது. சதாசிவத்துடன் இருப்பது அவரது கடந்த காலத்திற்கு நேரெதிரான நிலையாக இருந்தது. நடைமுறைக் கண்ணோட்டத்தில் பார்க்கும் போது தொழில்ரீதியாக என்ன செய்ய வேண்டும் என்பது சதாசிவத்திற்குத் தெரியும் என்பதை எம்.எஸ். உணர்ந்திருந்தார். உன்னத இடத்தை அடையக்கூடிய நிலையில் எம்.எஸ். இருந்தார். சதாசிவமோ சந்தைப் படுத்துவதில் தேர்ந்தவர். அவரது திறமைகளால் ஆனந்த விகடன் பலன் பெற்றது. நண்பர் கல்கியுடன் இணைந்து அவர் முன்னிறுத்திய கல்கி இதழும் அவரால் பயனடைந்தது.

எம்.எஸ்.ஸின் உருமாற்றம் நிகழ்வதற்கு அவரைப் பற்றிய சமூக நினைவுகள் மாற்றியமைக்கப்பட வேண்டியிருந்தன. புதிய தகவல்கள் சேர்க்கப்பட வேண்டியிருந்தன. அதாவது, அவரது படிமம், இசை ஆகிய இரு விதங்களிலும் எம்.எஸ்.ஸைப் புதிதாக வடிவமைக்க வேண்டியிருந்தது. அவரது உடையிலிருந்து

தொடங்கி அவர் பாணி முற்றிலுமாக மாறியதை நம்மால் தெளிவாகக் காண முடிகிறது. பஃப் கை வைத்த ரவிக்கை, சாதாரண சேலை ஆகியவற்றுக்கு அவர் விடை கொடுக்க வேண்டியிருந்தது. மேற்கத்திய பாணியிலான இரவு உடை அணிந்து, கொளுத்தப்படாத சிகரெட்டை உதட்டில் பொருத்தியபடி இளம் பாலசரஸ்வதியுடன் அவர் ஒரு புகைப்படம் எடுத்துக்கொண்டிருந்தார். வேடிக்கையும் விளையாட்டுமான அந்த எம்.எஸ். காணாமல்போனார். ஸ்மார்த்த பிராமணப் பெண்கள் அணிவது போன்ற பாணியில் மட்டுமே புடவை உடுத்தத் தொடங்கினார். அந்தத் தோற்றத்தில் மட்டுமே அவரைக் காண முடிந்தது.

1938முதல் 1947வரை எம்.எஸ். தமிழில் நான்கு படங்களிலும் ('சேவாசதனம்', 'சகுந்தலை', 'சாவித்ரி', 'மீரா') இந்தியில் ஒரு படத்திலும் (மீரா) நடித்தார். அப்போதெல்லாம் தென்னிந்தியத் திரைப்படங்கள் தமது வெற்றிக்கு இசையைப் பெரிதும் நம்பியிருந்ததால் கர்நாடக இசைக் கலைஞர்களை நடிக்கவைப்பது வழக்கமாக இருந்தது. சினிமா நடிப்பு பொருளீட்ட உதவியது. கல்கி பத்திரிகையைத் தொடங்குவதற்குப் பணம் திரட்டுவதற்காக அவர் சாவித்ரியில் நாரதராக நடித்தார். பிறகு மீரா. இந்தப் படம் சதாசிவம், எம்.எஸ். ஆகியோரது வாழ்வில் முக்கியமான மாற்றத்தை ஏற்படுத்தியது.

மீரா கதைக்கு இரண்டு பரிமாணங்கள் உள்ளன. ஒன்று தனிப்பட்ட பரிமாணம். இன்னொன்று தொழில்ரீதியானது. மீராவாக நடித்தது எம்.எஸ்.ஸுக்கு

மிகவும் உணர்ச்சிகரமான, ஆன்மிகமான அனுபவமாக இருந்தது என்று அவருக்கு நெருக்கமானவர்கள் சொல்லியிருக்கிறார்கள். மீராவாக நடித்தபோது எம்.எஸ். "தாசி மீரா"வாகவே ஆகிவிட்டார். மீராவுடன் ஏற்பட்ட ஆழமான பிணைப்பு அவரை விட்டு விலகவேயில்லை. மீரா திரைப்படம் தேசிய அளவில் மாபெரும் வெற்றி பெற்றது. தென்னிந்தியாவின் சிறிய நகரத்தைச் சேர்ந்த பாடகியைத் தேசிய அளவில் புகழ்பெற வைத்தது. கர்நாடக இசைக் கலைஞர் ஒருவருக்கு வட இந்தியாவின் அதிகார மையங்களில் முதல்முறையாக அங்கீகாரம் கிடைத்தது. அரசியல் மற்றும் வர்த்தக உலகின் தலைவர்கள் எம்.எஸ். முன்பு பணிந்துநின்றார்கள். பல்வேறு பட்டங்களாலும் அடைமொழிகளாலும் எம்.எஸ். அறியப்படலானார். நேரு அவரை 'இசை உலகின் ராணி' என்றார். 'இந்தியாவின் கவிக்குயில்' எனப் பெயர் பெற்ற சரோஜினி நாயுடு அந்தப் பட்டம் எம்.எஸ்.ஸுக்கே பொருத்தமானது என்று சொன்னார். மீரா வேடத்தில் நடித்ததில் எம்.எஸ். ஸுக்குள் ஏற்பட்ட உருமாற்றத்தை மீராவாகவே மாறிய உணர்வை, பிரமுகர்களும் பொதுமக்களும் உணர்ந்திருக்க வேண்டும்.

இது வெறும் தொடக்கமே. சந்தைப்படுத்தலில் திறமைசாலியான சதாசிவம் அபாரமான ஒரு காரியத்தைச் செய்தார். மீராவுக்குப் பிறகு எம்.எஸ்.ஸை அவர் நடிக்க அனுமதிக்கவில்லை. இதன்மூலம் எம்.எஸ்.ஸின் மீது மீராவின் பிம்பம் நிரந்தரமாகத் தங்கிவிட்டது. 1947க்குப் பிறகு எம்.எஸ்.ஸின் எல்லாக்

கச்சேரிகளிலும் மீரா பஜனை தவறாமல் இடம்பெற்றது. திரைப்படங்களை விட்டு விலகியதில் இன்னொரு முரண்பாடும் தவிர்க்கப்பட்டது. அப்பழுக்கற்ற பிராமண இல்லத்தரசி திரைப்படத் துறையில் எப்படி நீடிக்க முடியும்? திரைப்பட அத்தியாயத்தை முடித்துக்கொண்டது எம்.எஸ்.ஸின் மயிலாப்பூர் அடையாளத்தை மேலும் நிலைநிறுத்தியது.

இந்த உருமாற்றம் இதோடு நிற்கவில்லை. மீரா படம் வந்து பத்தாண்டுகளில் எம்.எஸ்.ஸின் இசையின் அழகியலில் ஏற்பட்ட மாற்றம் தெளிவாகத் தெரிகிறது. 1950களின் இறுதியிலும் 1960களின் தொடக்கத்திலும் இந்தியா முழுவதும் அவரது கச்சேரி சுற்றுப் பயணங்கள் மைசூரில் நடக்கும் தசரா திருவிழாபோல நடைபெற்றன. சமூகக் கொண்டாட்டமும் இசையின்பமும் சேர்ந்த அந்தக் கச்சேரிகள் மகத்தான நிகழ்வுகளாக விளங்கின. எம்.எஸ்.ஸின் இசையில் ஏற்பட்ட குறிப்பிடத்தகுந்த மாற்றங்கள் முதலில் அவரது குரலில் தெரிந்தன. குரல் சற்று கனமாக இருந்தது. சற்றே வலிந்து கட்டுப்படுத்தப்பட்டதாக இருந்தது. கட்டற்ற தன்மை மறைந்தது. அப்போதும் அவர் இசையில் அழகான 'ஓட்டம்' இருந்தது. ஆனால் அது முன்பைவிடவும் முறைப்படுத்தப் பட்டதாக இருந்தது. சுதந்திரமாகப் பறந்துகொண்டிருந்த பட்டத்தின் நூலில் திடீரென்று பெரிய கல்லைக் கட்டிவிட்டது போல் ஆகிவிட்டது.

எம்.எஸ்.ஸின் இசை பக்குவம் பெற்றதன் விளைவுதான் இது என்று சிலர் சொல்லலாம். ஆனால் என்னால் அதை ஒப்புக்கொள்ள முடியவில்லை. ஒரு

கலைஞர் பக்குவம் பெறும்போது அவரது இசையின் ஆதாரமான உணர்வு பாதிக்கப்படுவதில்லை. எம்.எஸ்.ஸைப் பொறுத்தவரை அது பாதிக்கப்பட்டது. ஆதாரமான தன்மைக்கு ஏற்ப பிற விஷயங்கள் மாறுவதற்குப் பதில், மனமும் குரலும் மாறி அமைவதற்கு ஏதுவாக அவரது ஆதாரத்தன்மையே மாறிவிட்டது. மீராவுக்குப் பிறகு இந்தியா முழுவதும் கிட்டத்தட்ட துறவிபோல ஆகிவிட்ட அவரது புதிய அந்தஸ்தை அவரது இசை பிரதிபலித்தாக வேண்டியிருந்தது.

ஒருவருடைய தனிப்பட்ட நம்பிக்கைமீது நாம் தீர்ப்பு வழங்க முடியாது. ஆனால் இந்த மாற்றம் நிச்சயமாக எம்.எஸ்.ஸின் இசையைப் பாதித்தது. மீரா பஜன்களைப் பாடுவதோடு அவர் நிற்கவில்லை. தன் கணவர் சதாசிவத்தின் தூண்டுதலால் சமயம்சார்ந்த இசையைக் கற்றுப் பாடி இசைத்தட்டுக்களாக வெளியிட்டார். துளசிதாசர், கபீர், குரு நானக், சூர்தாசர், துக்காராம் உள்ளிட்ட பலரின் பாடல்களும் இதில் அடங்கும். ரவீந்திர சங்கீதத்தையும் எம்.எஸ். கற்றுக் கொண்டார். தனது இசையில் பல்வேறு அடையாளங்களைச் சேர்த்துக்கொண்டார். கொல்கத்தாவில் இருக்கும்போது தாகூராக மாறினார். புனேயில் துக்காராமின் பாடல்கள் உயிர்பெற்றன. தில்லியில் எம்.எஸ்.ஸின் மேடையில் துளசிதாசர் மறுபிறப் பெடுத்தார். சென்னையில் தியாகராஜர் இவர் மூலமாகப் பாடினார்.

இப்படிப் பல பாத்திரங்களாக உருமாறுவது என்பது ஒரு கடவுளிடமோ தத்துவத்திடமோ தன்னைச்

சமர்ப் பித்துக்கொள்வதாக மட்டுமல்லாமல் அவரின் இசையின் அழகியலும் இதனால் உருமாறியது. கலவையாகப் பலவிதமான இசைப்பாடல்களைக் கற்றுக்கொள்வது என்பது வேறு. பலவிதமான இசை அணுகுமுறைகளைத் தொடர்ந்து மாற்றிக்கொண்டே இருப்பது என்பது முற்றிலும் வேறு. எம்.எஸ். தான் வழங்கிய ஒவ்வொரு வகையான இசையிலும் தீவிரமாகத் தன்னை ஈடுபடுத்திக்கொண்டார். இதன் விளைவாகத் தன்னுடைய ஆளுமையின் ஒரு பகுதியைப் பாடலை இயற்றியவர், பாடலின் வகை, அதன் நோக்கம் ஆகியவற்றுக்காக விட்டுக்கொடுக்க வேண்டியிருந்தது.

தொடர்ந்து தன் கர்நாடக இசை அறிவையும் வெளிப்பாட்டு முறையையும் எம்.எஸ். வளர்த்துக் கொண்டே வந்தார். கே.எஸ். நாராயணசாமி போன்ற மகத்தான கலைஞர்களிடம் கற்றுக்கொண்டார். அதற்கு முன்பு முசிறி சுப்பிரமண்ய அய்யர், செம்மங்குடி ஸ்ரீநிவாச அய்யர் ஆகியோரிடம் கற்றார். இந்த இரண்டு அய்யர்களிடமும் கற்றுக்கொள்வதற்கு முன்பு எம்.எஸ். மிக அழகாகப் பாடிக்கொண்டிருந்தார் என்று மதுரையில் இசை வேளாளர் சமூகத்தைச் சேர்ந்த முன்னணி இசைக் கலைஞர் ஒருவர் கூறினாராம். உறுதிசெய்யப்படாத செய்திதான் இது; என்றாலும் கட்டுக்கதைகள்கூட அவை உருவான சூழலின் உள்ளே உறைந்திருக்கும் சில விஷயங்களை வெளிப்படுத்திவிடும். கர்நாடக இசையுலகின் வெவ்வேறு சமூகங்களிடையே நிலவிய உரசலை அது சுட்டிக்காட்டுகிறது. இசைக் கலைஞன் என்ற முறையில் என்னால் அவர் சொன்னதை இப்படித்தான்

புரிந்துகொள்ள முடிகிறது. எம்.எஸ்.ஸின் இசையில் இருந்த உயிர்ப்பும் பொறியும் காணாமல்போய் அவரது இசை எதிர்பார்க்கக்கூடியதாக மாறிவிட்டது.

எம்.எஸ். பாடுவதை விரும்பினார். மேலும்மேலும் அதிகமாக இசையைப் பயில விரும்பினார். கர்நாடக இசை, ஹிந்துஸ்தானி இசை, ஏன், துரதிருஷ்டவசமாக ஆங்கில இசையையும் கற்றுக்கொள்ள விரும்பினார். 1966இல் ஐக்கிய நாடுகள் சபையில் 'ஒன்றுபடுத்தும் கூரையின் கீழ்' ஐ.நா. தினத்தன்று பாட அவருக்கு வாய்ப்பு அளிக்கப்பட்டது. ராஜாஜி எழுதிய பாடல். சென்னையைச் சேர்ந்த மதிப்புக்குரிய மேற்கத்திய இசை வல்லுநர் ஹண்டேல் மேனுவல் அமைத்த மெட்டு. இவர்களுடைய பங்களிப்பு எவ்வளவு மதிப்பு வாய்ந்ததாக வேண்டுமானாலும் இருக்கலாம். ஆனால் அந்தப் பாடல் இசைரீதியாக உள்ளீடற்றது. அழகியல் ரீதியாகப் பலவீனமானது. இப்படிப் பல்வேறு வகைகளில் மாறிமாறிப் பயணித்ததால் உள்ளார்ந்த முரண்கள் ஏற்பட்டனவா? தான் வகித்த எல்லாப் பங்குகளும் ஒன்று தான் என்று எம்.எஸ். கருதினாரா அல்லது இடையறாமல் வெவ்வேறு அடையாளங்களைத் தரித்துக்கொண்டும் துறந்தபடியும் இருந்தாரா அல்லது பல்வேறு ஒப்பனைகளைப் போடுவதும் கலைப்பதும்போல அடையாளங்களைத் தொடர்ந்து மாற்றிக்கொண்டே இருந்தாரா? இந்த முரண்பாடுகளை அவர் எப்படி கையாண்டார் என்பதை அறிய முடியவில்லை.

விரிவுபடுத்தப்பட்ட அவரது பாடாந்தரம் அசாத்தியமான ஒரு அம்சத்தைக் கொண்டிருந்தது.

பலவிதமான இசை வகைகளை அவர் பாடினாலும் எந்த ஒரு வகையும் இன்னொரு வகையால் பாதிக்கப்படாமல் அவரால் பார்த்துக்கொள்ள முடிந்தது. முத்துஸ்வாமி தீட்சிதரின் கிருதியைப் பாடும்போது ரவீந்திர சங்கீத்தின் சாயல் துளிக்கூட எட்டிப் பார்க்காது. மீரா பஜன் பாடும்போது அதில் சிறிதளவும் கர்நாடக இசையின் கனம் இருக்காது.

இது அபாரமான சாதனை. ஆனால் இது கண்டு கொள்ளப்படாமலேயே போய்விட்டது. வெவ்வேறு வகைமைகளிடையே மாறிமாறி அவர் பயணித்தது அவரது இசையின் உணர்வுபூர்வமான தன்மையை மேலும் வலுவாக்கியது. அவர் இந்தியை உச்சரித்த விதத்தை மக்கள் குறை சொன்னார்கள். ஆனால் அவரது இசையை, அதன் சரளமான இனிமையை, அதன் புனிதத்தன்மையை அவர்கள் மிகவும் விரும்பினார்கள். பொதுமக்களின் பார்வையில் அவர் இந்த மண்ணின் ரிஷி, முனிவர்களின் வாரிசாக விளங்கினார். சொல்லப்போனால் அதற்கும் மேல், அவர் சரஸ்வதியின் அவதாரமாகவே கருதப்பட்டார்.

எம்.எஸ்.ஸின் புகழ் கர்நாடக இசையின் உள் வட்டத்தில் எதிர்மறையான விளைவுகளை ஏற்படுத்தி யது. தேசிய அளவில் அவருக்குக் கிடைத்த புகழ் மக்களது பார்வையில் கோணலை ஏற்படுத்தியது. பஜனைப் பாடகர் என்று அவர் கருதப்பட்டார். அது அவரைச் சிறுமைப்படுத்துவதாக இருந்தது. எந்த இசைக் கலைஞருக்கும் அவரது சமகாலத்தவர்கள், மூத்த கலைஞர்கள், தேர்ந்த ரசிகர்கள் ஆகியோரிடமிருந்து கிடைக்கும் மரியாதை மிகவும் முக்கியம். 1968இல்

மியூசிக் அகாடமியின் சங்கீத கலாநிதி விருது அவருக்கு வழங்கப்பட்டது. ஆனால் அதன் பிறகுதான் அவர் மீதான மரியாதை குறைய ஆரம்பித்தது.

மீரா படத்திற்குப் பிறகும் கர்நாடக இசை உலகில் ஏற்றுக்கொள்ளத்தக்க எல்லா அம்சங்களும் எம்.எஸ்.ஸின் கச்சேரிகளில் இருந்தன. மகா வைத்தியநாத அய்யரின் ஆகச் சிறந்த படைப்பான மேளராகமாலிகா போன்ற அரிய பாடல்கள் பலவற்றை அவர் பாடினார். ராகம் - தானம் - பல்லவி என்பது ஒரு கர்நாடக இசைக் கலைஞரின் தனது திறமையை நிரூபிக்கக்கூடிய மகத்தான பரிசோதனையாகக் கருதப்படுகிறது. பேகடா, தோடி, பைரவி போன்ற சுத்தமான கர்நாடக ராகங ்களில் சவாலான தாளக் கட்டுகளில் பல்வேறு ராகம் - தானம் - பல்லவிகளை எம்.எஸ். வழங்கியிருக்கிறார். மிக அரிதாகவே அவர் அவற்றுக்காகப் பாராட்டுப் பெற்றிருக்கிறார். இது நியாயமே இல்லை. அவரது ராகம் - தானம் - பல்லவிகள் 'கிரிதர கோபாலா' போன்ற பஜனைப் பாடல்களில் அமுங்கிவிட்டன.

துக்கடா என்று சொல்லப்படும் இலகுவான பாடல் பிரிவின் முக்கியத்துவத்தை அதிகரிக்கச் செய்தது எம்.எஸ்.தான் என்று சொல்வேன். எம்.எஸ்.ஸின் கச்சேரிகளில் முதல் இரண்டு மணிநேரம் அவர் வழங்கும் கலாபூர்வமான இசையைக் காட்டிலும் கடைசி அரை மணிநேரம் பாடும் பக்திப் பாடல்கள் அடங்கிய துக்கடாக்களின் மீதுதான் ரசிகர்களின் கவனம் இருந்தது. ஒவ்வொரு பாடலையும் மிக அழகாக அவர் பாடினார். ஆனால் துக்கடாக்களின் சமய

ரீதியான அம்சத்தின் மீது ரசிகர்கள் மிகுந்த ஈடுபாடு காட்டினார்கள். எம்.எஸ்.ஸின் இசை ஞானத்தை மறந்துவிட்டார்கள். அவர் பாடிய கர்நாடக இசைப் பாடல்களையும் தெய்வீக இசையாகவே கருத ஆரம்பித்தார்கள்.

கர்நாடக இசை உலகில் புகழ்பெற்ற முதல் பிராமணப் பெண் கலைஞர் எம்.எஸ்.ஸின் சம காலத்தவரான டி.கே. பட்டம்மாள். இவர் குறிப்பாக, ராகம் – தானம் – பல்லவியில் விற்பன்னர் எனக் கருதப்பட்டவர். கர்நாடக இசைக் கலைஞர்கள், தேர்ந்த ரசிகர்களின் பார்வையில் ஆண் கலைஞர்களுக்கு நிகரான அந்தஸ்தை இவருக்கு அளித்த அம்சம் இது. அவ்வளவாகத் தெரியவராத முத்துசாமி தீட்சிதரின் பல பாடல்களையும் அவர் பாடிப் பிரபலப்படுத்தினார். இதுபோன்ற முயற்சிகளுக்காக எம்.எஸ்.ஸைப் பாராட்டாத கர்நாடக இசை உலகம் பட்டம்மாளை வெகுவாகப் பாராட்டியது. இது எம்.எஸ்.ஸை நிஜமாகவே புண்படுத்தியிருக்க வேண்டும்.

1963இல் வெளியான எம்.எஸ்.ஸின் வெங்கடேச சுப்ரபாதம் பொதுமக்களிடையே பெரும் வெற்றி பெற்றது. ஆனால் தீவிர ரசிகரின் கண்ணோட்டத்தில் அது அவரது இசைப் பயணத்தில் ஒரு சறுக்கல்தான். ஆனால், இசை சார்ந்த இத்தகைய எதிர்வினையால் எம்.எஸ். மேலும் பல சமய, பக்திப் பாடல்களைப் பாடாமல் இருந்துவிடவில்லை. ரசிகர்கள் இவற்றைப் பற்றி என்ன நினைக்கிறார்கள் என்பது சதாசிவத்துக்குத் தெரியும் என்று உறுதியாக நம்புகிறேன். அவர் அதைப்

பற்றிக் கவலைப்பட்டிருக்கமாட்டார். ஏனென்றால் இந்தக் காலகட்டத்தில் எம்.எஸ். மயிலாப்பூரின் பிடியிலிருந்து விடுபட்டுவிட்டார். ஆனால் எம்.எஸ்.ஸின் உணர்வுகளும் அப்படியே இருந்திருக்கும் என்று நம்மால் சொல்ல முடியாது.

எம்.எஸ்.ஸின் இசையின் மீது சதாசிவத்துக்கு இருந்த பிடி தயாரிப்பாளர் என்ற முறையில் மட்டும் அல்ல. எம்.எஸ்.ஸின் இயக்குநரும் திரைக்கதாசிரியரும் சதாசிவம்தான். ஒரு கச்சேரியில் எந்த ராகத்தைப் பாட வேண்டும், எந்தப் பாடலைப் பாட வேண்டும், ஒவ்வொன்றையும் எவ்வளவு நேரம் பாட வேண்டும் என்பதையெல்லாமும் சதாசிவமே தீர்மானித்தார். கச்சேரி நடக்கும்போதே சதாசிவத்திடமிருந்து உத்தரவு கள் வரும். பார்வையாளர்களில் பிரபலஸ்தர்கள் யாரேனும் இருந்துவிட்டால் இந்தக் குறுக்கீடுகள் மிகவும் மோசமாகிவிடும். ஒரு ராகத்தை விஸ்தரித்துக் கொண்டு செல்லும் முயற்சியில் கர்நாடக இசைக்குள் எம்.எஸ். ஆழமாகப் போயிருப்பார். அப்போது அதை நிறுத்திவிட்டு சூர்தாசர் பஜன் ஒன்றைப் பாடும்படி சதாசிவம் சொல்வார். காரணம், கச்சேரிக்கு வந்திருந்த இந்தி பேசும் பிரமுகர் ஒருவர் சீக்கிரமே கிளம்ப வேண்டியிருக்கும். கச்சேரியின் முடிவில் பஜன் பாடும்வரை அவரால் காத்திருக்க முடியாது. எம்.எஸ்.ஸின் மனதை அறிந்த சிலர் இதுபோன்ற குறுக்கீடுகள் எம்.எஸ்.ஸை மிகவும் தொந்தரவுக்குள்ளாக்கின என்று என்னிடம் சொல்லி யிருக்கிறார்கள்.

இதுபோன்ற தலையீடுகள் எம்.எஸ்.ஸின் பிரவாகத்தைப் பாதித்ததுடன், கர்நாடக இசை குறித்த பொதுப் பிம்பத்தையும் பாதித்தன. ஏனென்றால் எம்.எஸ்.தான் கர்நாடக இசையின் நன்கு அறியப்பட்ட அடையாளம். இசை வெளிப்பாட்டின் கால அளவை நிர்ணயிப்பது விவேகமான திட்டமிடல் அல்ல. இசையை மட்டுமல்ல, எந்தப் படைப்புக் கலையின் சாரத்தையும் இது குலைத்துவிடும். பாடப்பாட, காலப் போக்கில் ஒரு இசைக் கலைஞரின் அகத்தில் தன்னுடைய இசை குறித்த சூட்சுமமான ஒரு மதிப்பீடு உருவாகும். இதிலிருந்துதான் கச்சேரிக்கான சமநிலை பெறப்படுகிறது. ஒவ்வொரு கச்சேரியும் தன்னளவில் ஓர் அனுபவம். பாடும் ஒவ்வொரு பாடலும் அல்லது ஒவ்வொரு மேம்படுத்தலும் அன்றைய தினத்தின் படைப்பூக்கத்திலிருந்து பிறக்கிறது. இதைச் சிதைப்பது என்பது ஒரு கலைஞரின் இசைத் திறனைச் சிறுமைப் படுத்துவதாகும். எம்.எஸ். போன்றதொரு கலைஞர், இசைக் கலைஞராக இல்லாத ஒருவர் நிர்ணயித்த விதிகளால் கட்டுப்படுத்தப்பட்டது ஏற்றுக்கொள்ளவே முடியாதது – அப்படிக் கட்டுப்படுத்தியது அவருடைய கணவராகவே இருந்தாலும்கூட.

இதற்கெல்லாம் உச்சமாக சங்கராபரண பிரச்சினை இருந்தது. எம்.எஸ். சங்கராபரணம் ராகத்தின் அடையாளமாகவே திகழ்ந்தார். சங்கராபரணம் ராகத்தையே எம்.எஸ். தன் கச்சேரிகளின் பிரதான அம்சமாக ஆக்கிக்கொள்ள வேண்டும் என்று சதாசிவம் விரும்பியதாகக் கூறப்படுகிறது. அதுதான் கச்சேரியை

வெற்றிகரமானதாக ஆக்கும் என அவர் நம்பியதாகத் தெரிகிறது. எம்.எஸ். அவ்வப்போது மென்மையாக மறுப்பதுண்டு. சங்கராபரணத்துக்குப் பதிலாக பைரவி அல்லது காவேரி ராகத்தைப் பாடலாமே என்று சொல்வதுண்டு. ஆனால் அந்தக் கோரிக்கை ஏற்கப்படாது.

சங்கராபரணம், காம்போஜி போன்ற ராகங்களில் அந்தர காந்தாரம் என்னும் ஸ்வரம் இருக்கிறது. இது வழக்கமான காந்தாரத்தின் கூர்மையான ஒரு வகை. உச்சஸ்தாயியில் ராகம் பாடும்போது இந்த ஸ்வரம் நங்கூரமாகப் பயன்படுத்தப்படும். குறிப்பாக ஆலாபனையின்போது. அந்தர காந்தாரத்தை அடிப்படை ஆதாரமாகக் கொண்டு ஒரு கலைஞர் பல்வேறு வரிகளைக் கோத்தபடி வேகமாகப் பாடி உச்சத்தை அடைவார். எம்.எஸ்., அந்தர காந்தாரத்தில் ஆழமாகச் சஞ்சரித்த பிறகு ஒவ்வொரு முறையும் அதைவிடவும் உச்ச ஸ்தாயியில் பஞ்சமத்தைத் தொட்டு முடிப்பார். இது பெரும் கரகோஷத்தைப் பெற்றுத் தரும். அனேகமாக ஒவ்வொரு முறையும் இப்படி நடக்கும்.

சதாசிவத்துக்கு சங்கராபரணம் ராகத்தின் மீது விசேஷமான ஈடுபாடு இருந்ததற்கு இசைசார்ந்த காரணங்களை விடவும் அது கைத்தட்டல்களை அள்ளுவதே காரணமாக இருந்திருக்கலாம். எப்போதும் சங்கராபரணத்தையே பிரதான ராகமாகப் பாடிக் கொண்டிருந்ததால் எம்.எஸ்.ஸால் பிற ராகங்களை இதே லாவகத்தோடு பாட முடியாது என்ற கருத்து உருவானது. ஒவ்வொரு முறையும் சங்கராபரணத்தில்

அவர் வெவ்வேறு கீர்த்தனைகளையே பாடுவார் என்றாலும் சில ரசிகர்களுக்கு இது அலுப்புத் தர ஆரம்பித்துவிட்டது. ஆனந்தபைரவி அல்லது கரஹரப்ரியா ராகத்தையும் அவர் இதேபோல அற்புதமாகக் கையாளுவார் என்பதை எல்லோரும் மறந்துவிட்டார்கள்.

எம்.எஸ்.ஸின் படைப்புத்திறன் குறித்து அடிப் படையானதும் தீவிரமானதுமான ஒரு குற்றச்சாட்டு எழுந்தது. கச்சேரியில் ஒரு ராகத்தை அவர் மேம் படுத்தும் விதம் ஒத்திகை பார்க்கப்பட்டதாகவும் முன்கூட்டியே திட்டமிடப்பட்டதாகவும் இருப்பதாகக் கர்நாடக இசைக் கலைஞர்கள், ரசிகர்கள் பலரும் சொல்வார்கள். வெளித் தோற்றத்தை வைத்துப் பார்த்தால் அவர்கள் சொல்வது சரிதான். ராகத்தை மேம்படுத்துவதற்கான உத்திகளான ஆலாபனை, நிரவல், கல்பனா ஸ்வரம் ஆகியவை எம்.எஸ்.ஸின் இசையில் குறிப்பிட்ட சட்டகத்துக்குள் இயக்கின. ஏற்கெனவே நிர்ணயிக்கப்பட்ட எல்லைகளுக்குட்பட்டு, திட்டமிட்ட முறையில் இவை வெளிப்பட்டன. நாதஸ்வர வித்வான் டி.என். ராஜரத்தினம் பிள்ளையைப் போன்ற படைப்பூக்கம் கொண்ட மேதை அல்ல எம்.எஸ்.

ஆனால் உண்மை என்பது பல நுட்பங்கள் கொண்டது. எம்.எஸ். பாடிய ஒவ்வொரு ஆலாபனையும் அதற்கு முன்பு அவர் பாடிய ஆலாபனையை அப்படியே ஒத்திருக்கும் என்பதல்ல. மகத்தான புகழ்பெற்ற பிற கலைஞர்களும் இதே வழக்கத்தைப் பின்பற்றினார்கள் என்பதையும் இங்கே குறிப்பிட வேண்டும். இருபதாம்

நூற்றாண்டின் கர்நாடக இசையின் பிதாமகரான அரியக்குடி ராமானுஜ அய்யங்காரும் திட்டமிட்ட விதத்தில் தீர்மானிக்கப்பட்ட கட்டுமானத்திற்கு உட்பட்டே பாடினார். அவரது கச்சேரிகளிலும் மனோதர்மத்தில் வெளிப்பட்ட கற்பனைகளில் புதுமைகளோ வகைமைகளோ அதிகம் இல்லை. ஆனால் அவருக்குப் படைப்புத் திறன் இல்லை என்று யாரும் சொல்லி நான் கேட்டதில்லை. அவர் 'மார்க்கதரிசி' (வழிகாட்டி) என்று போற்றப்படுகிறார். அவருடைய திறமைகளைக் கேள்விக்குட்படுத்த எந்தக் கலைஞரும் துணிய மாட்டார். டி.கே. ஜெயராமன், கே.வி. நாராயணசாமி ஆகியோரும் நிலைப் படிவங்களையே பின்பற்றினார்கள். ஆனால் இவர்களுடைய இசை இயல்பானது, ஆழமானது, சிந்தனை வளம் நிரம்பியது என்று சொல்லப்படுகிறது.

எம்.எஸ். எல்லோரும் தாக்குவதற்குச் சுலபமான இலக்காக இருந்தார்; இப்போதும் இருக்கிறார். அவருடைய ஆலாபனை, நிரவல், தானம் ஆகியவை உள்ளுணர்வால் உந்தப்பட்டுச் சுதந்திரமாகப் பிரவாகம் எடுத்தாலும் அவர் இசைக்குயில் என்பதைவிடக் கிளிப்பிள்ளை என்றுதான் பெரும்பாலும் கருதப் பட்டார். அவர் தன் குரலைப் பயன்படுத்தும் விதத் திலோ படைப்பூக்கத்துடன் பாடலை மேம்படுத்தும் விதத்திலோ செயற்கையின் சாயல் சிறிதும் இருந்த தில்லை. விமர்சகர்களின் விருப்பத்துக்குரிய டி.கே. பட்டம்மாள் விஷயத்தில் இப்படிச் சொல்ல முடியாது என்று நான் வாதிடுவேன். அவரது ஆலாபனைகளில் படைப்பூக்கம் குறைவாகவே இருக்கும். பாடும் விதம்

வலிந்த முயற்சியாக இருக்கும். ரசிகர்கள் இதுபற்றிக் குறைபட்டுக்கொண்டதில்லை.

எம்.எஸ். எப்போதும் தன் பக்கவாத்தியக்காரர்களுடன் இணைந்தே பயிற்சிசெய்தார் என்பது அவர் மீதான இன்னொரு விமர்சனம். அப்படிச் செய்வது வழக்கமல்ல. பக்கவாத்தியக்காரர்களும் பாடகர்களும் மேடையில்தான் சந்திப்பார்கள். அத்தகைய ஒத்திகைகள் இழிவாகக் கருதப்படுகின்றன. கச்சேரியின்போது பக்கவாத்தியங்களுடன் இணைந்து பாடுவதற்கான படைப்புத்திறன் இல்லாதவர்கள்தான் இப்படிச் செய்வார்கள் என்று கருதப்படுகிறது. ஆனால் எம்.எஸ்.ஸும் அவரது குழுவினரும் ஒன்றாகச் சேர்ந்து தீவிரமாகப் பயிற்சி செய்தார்கள். கச்சேரியில் இதன் தாக்கம் அபாரமாக இருந்தது.

1960களில் இது தெளிவாகத் தெரிந்தது. எம்.எஸ்.ஸுக்கு வயலின் வாசித்தவர் வி.வி. சுப்பிரமணியன். மிருதங்கம் டி.கே. மூர்த்தி. கஞ்சிரா வி. நாகராஜன். 'விக்கு' விநாயக்ராம் கடம். இந்தக் குழுவினரின் கச்சேரியைக் கேட்கும்போது மூன்று மனிதக் குரல்கள் ஒலிப்பதுபோல் தோன்றும். ஒன்று எம்.எஸ்.ஸின் குரல். இரண்டு அவருடன் பாடிய அவரது தத்துப் புதல்வி ராதா. மூன்று சுப்பிரமணியத்தின் வயலின். பக்கவாத்தியக்காரர்களின் வாசிப்பு எம்.எஸ். பாடலின் ஒவ்வொரு அசைவையும் துல்லியமாக உணர்ந்ததைப் போல இருக்கிறது.

இந்த ஒத்திகைகள் இசை கேட்கும் அனுபவத்தை வளப்படுத்தின என்று எம்.எஸ்.ஸின் அபிமானிகள்

சொல்லலாம். ஆனால் இது குறித்த விமர்சனத்தில் ஓரளவு நியாயம் இருக்கிறது என்பதை ஒப்புக்கொள்ளத்தான் வேண்டும். முழுமையான இசை என்பது குறித்த கோட்பாட்டில் ஒரு பிழை இருப்பதாக எனக்குத் தோன்றுகிறது. ஒருங்கிணைந்த, பிழையற்ற கச்சேரியை வழங்க வேண்டும் என்று விரும்பினார் எம்.எஸ். அதை நிறைவேற்றவும் செய்தார். வாழ்க்கை அனுபவம் என்பது பிசிறற்று, சகல ஒழுங்குகளுடனும் இருப்பதல்ல. கலைஞர் கலைக்குத் தன்னை முழுமையாக ஒப்புக்கொடுப்பதன் மூலம் பிறக்கும் தூய்மையான, பரிசோதனை நிரம்பிய இசைக்கான தேடலே முழுமை. கலைஞர் கலைக்குத் தன்னை முழுமையாக அர்ப்பணித்துக்கொள்ளும்போது தற்செயலாகக் கலையின் முழுமையை ஸ்பரிசிக்கிறார். இந்த முயற்சியில் தொழில்நுட்பம் சார்ந்த பிரச்சினைகள் ஏற்படக்கூடும். என்றாலும் இசை சார்ந்த முழுமை கூடும்போது அங்கே தனிநபர் என்பது மறைந்து அரூபமான இசை பிறக்கிறது. தனிநபரைக் கடந்த இசையின் சாரம் பரிமளிக்கிறது.

பயிற்சியின் மீதான அதீதமான ஈடுபாட்டுக்குப் பின்னால் இருப்பது என்ன? காலப்போக்கில் எம்.எஸ். அப்பழுக்கற்ற மனிதரின் பிரதிநிதியாக உருவெடுத்தார். பொதுமக்களின் பார்வையில் எல்லா விதங்களிலும் முழுமை கூடிய, ஒளிவட்டம் கொண்ட ஆளுமையாக மாறினார். கம்பீரமான அவரது உடைகள், கூந்தலின் நேர்த்தி, அதில் பூக்கள் சூடப்பட்டிருந்த விதம் – எல்லாமே கச்சிதமாக இருந்தன. தென்னிந்திய பிராமணப் பெண்கள் அவரது நடை, உடை, பாவனைகளை முன்னுதாரணமாகக்கொள்ள

ஆரம்பித்தார்கள். குறை யொன்றும் இல்லாத அத்தகைய பெண்மணியிடமிருந்து வரும் இசையில் எந்தப் பிழையும் இருக்க முடியாது. எம்.எஸ்.ஸிடமிருந்து ஒரே ஒரு அபஸ்வரம் வருவதாகக் கற்பனைகூடச் செய்ய முடியாது. வீழ்ச்சி இருக்கட்டும்; சிறு தடுமாற்றம்கூட ஏற்பட முடியாது. எம்.எஸ்.ஸின் ஆளுமையைப் போலவே அவரது இசையும் குற்றமற்றதாகவே இருந்தாக வேண்டும். திரும்பத்திரும்பப் பயிற்சி செய்வதன் மூலம்தான் இதைச் சாதிக்க முடியும்.

இதைச் செய்வதில் எம்.எஸ். களைப்படையவே இல்லை. தேவைப்பட்டால் ஒரு பாட்டை நூறு முறைகூடப் பயிற்சி செய்ய அவர் தயாராக இருந்தார். பயிற்சியும் செய்தார். அவரது இசையில் வெளிப் பட்ட ஆன்மிகத் தன்மை இந்தப் பயிற்சியால் வந்த தல்ல. அதை மீறி வந்தது. அவரது இசை வாழ்வு முழுவதிலும் கண்காணிக்கப்படாத/கட்டுப்படுத்தப் படாத தருணங்கள் அவ்வப்போது தோன்றின. அந்தத் தருணங்களில் மதுரையில் வசித்த எம்.எஸ். தோற்றமளிப்பார். கடல் பரப்புக்கு மேல் பளீரென்று வெட்டிமறையும் மின்னலைப்போல ஒரு வரியை அவர் பாடிவிட்டுப் போவார். தனது இசை வாழ்வின் தொடக்கக்கட்டத்தில் அவர் மிகுந்த சுதந்திரத்தை அனுபவித்ததாகக் கேள்விப்படுகிறோம். அந்தச் சுதந்திரம் தொடர்ந்திருந்தால் அற்புதமான படைப்புத் திறனை அவரிடம் நாம் கண்டிருக்கலாம்.

எம்.எஸ். சுமார் நாற்பதாண்டுகளாகப் பாடிக் கொண்டிருந்தார். தனக்குள் இருக்கும் இசை

மேதையின் எதிர்பார்ப்புக்கு ஏற்ப பாடாமல் பிறரது எதிர்பார்ப்புக்கு ஏற்ப பாடிக்கொண்டிருந்தார். மேடையில் அவர் பாடிய பாடல்கள் ஏதேனும் ஒரு தரப்பைத் திருப்திப்படுத்துவதற்காகப் பாடப்பட்டன. அவருடைய கணவர் எதை இசை என்று கருதினாரோ அதற்கேற்பவே அவரது இசை வெளிப்பட்டது. அன்னையாக, பெண் துறவியாக, ஈடேற்றம் தருபவராக, முன்னுதாரணமாக, கூடவே பாடகராகவும் அவர் விளங்கினார்.

சதாசிவம் மிகுந்த நேர்மையும் சுயமரியாதையும் கொண்டவர். ஆனால் அவர் தன் காலத்தின் அரசியல், வர்த்தக அதிகாரப் படிநிலைகளிடம் சரணடைந்து விட்டவர். ராஜாஜியுடன் அவருக்கு நீண்டகால, நெருங்கிய தொடர்பு இருந்துவந்தது. ராஜாஜியின் ஸ்வதந்திரா கட்சியின் மீதும் அவருக்கு ஈடுபாடு இருந்தது. இதனால் அதிகார வட்டாரங்களில் அவருக்கு அறிமுகம் கிடைத்தது. அதிகார வட்டாரங்களில் அவர் பிரவேசித்தார். எம்.எஸ்., தன் கணவர் ஏற்பாடு செய்த முறை சார்ந்த, முறை சாராத கூட்டங்களில் தொடர்ந்து பாடிக்கொண்டிருந்தார். தங்களது பெரிய இல்லமான கல்கி தோட்டத்தில் அல்லது அதிகார வட்டாரங்களைச் சேர்ந்த யாரேனும் ஒருவரது இல்லத்தில் அவர் பாடினார். தமிழகத்திற்கு வெளியிலிருந்து அல்லது வெளிநாடுகளிலிருந்து வரும் பெரும் புள்ளிகளை மகிழ்விப்பதற்காக இந்தக் கச்சேரிகள் ஏற்பாடு செய்யப்பட்டன,

அத்தகைய கச்சேரிகள் கணக்கற்றவை. பல நூறாகவும் இருக்கலாம். இப்படிப்பட்ட நிகழ்வுகளில்

பாடுவது குறித்து எம்.எஸ்.ஸுக்குள் இருந்த இசைக் கலைஞர் எப்படி உணர்ந்திருப்பார் என்று நான் எண்ணியதுண்டு. இதற்கு என்னிடம் விடை இல்லை. ஆனால் ஒரு இசைக் கலைஞராக நான் எப்படி உணர்ந்திருப்பேன் என்று சொல்லலாம். இப்படிப்பட்ட கச்சேரிகள் கட்டாயமாக இசையின் தீவிரத்தன்மையைச் சிறுமைப்படுத்தும்.

1980களில் எம்.எஸ். நிறைய சுற்றுப்பயணம் செய்தார். உலகம் முழுவதிலும் அவர் கௌரவிக்கப்பட்டார். ஐ.நா. சபையில் பாடினார். 1974இல் 'ரோமன் மகசஸே' விருதைப் பெற்றார். 1998இல் 'பாரத் ரத்னா' அவருக்கு வழங்கப்பட்டது. அந்த விருதைப் பெற்ற முதல் இசைக் கலைஞர் அவர். அது சதாசிவத்தை மிகவும் மகிழ்ச்சி யடையச் செய்திருக்கும். ஆனால் எம்.எஸ். அந்த விருதைப் பெறும்போது சதாசிவம் உயிருடன் இல்லை. கர்நாடக இசைச் சமூகம் அவரை விமர்சித் திருக்கலாம். ஆனால் அவரின் நட்சத்திர அந்தஸ்தை ஏற்றுக்கொண்டு அவரை அங்கீகரிக்க வேண்டிய கட்டாயத்தில் அது இருந்தது. அப்போதும் அவருடைய இசைத்திறன் குறித்த முணுமுணுப்புகள் கேட்டுக் கொண்டுதான் இருந்தன. வெளியுலகிலிருந்து அபரிமித மான பாராட்டுகள் கிடைக்க, உள்ளேயிருந்து அரை மனதுடனான அங்கீகாரமே கிடைத்தது.

இவற்றுக்கெல்லாம் நடுவில் எம்.எஸ். எங்கே இருந்தார்? தன்னை எங்கே கண்டறிந்துகொள்வது என்பதாவது அவருக்குத் தெரிந்திருந்ததா? இவை யெல்லாம் கடினமான கேள்விகள். அவருடைய

தனிப்பட்ட வாழ்வுடன் நெருங்கியிருந்த உள் வட்டத்தைச் சேர்ந்தவன் என்ற முறையில் நான் இந்தக் கேள்விகளை எழுப்பவில்லை. ஒரு இசைக் கலைஞரின் ஆளுமை அவர் நமக்கு வழங்கும் இசையில் வெளிப்படுகிறது. எம்.எஸ்.ஸின் விஷயத்தில் நமக்குக் கிடைக்கும் சமிக்ஞைகள் மிகவும் குழப்பத்தை ஏற்படுத்துகின்றன. அவரின் சிரத்தை கேள்விக்கு அப்பாற்பட்டது. ஆனால் அவர் செயல்பாடுகள் பல முகங்கள் கொண்டவை. அவை தன் ரசிகர்களை ஏமாற்றுவதற்காகத் தரித்துக்கொண்ட அடையாளங்கள் அல்ல. தான் ஏற்றுக்கொண்ட ஒவ்வொரு பாத்திரத் திற்குள்ளும் முழுமையாகத் தன்னைக் கரைத்துக் கொள்ளுமளவிற்குத் தன் பாத்திரங்களை அவர் அகவயப்படுத்திக்கொண்டார்.

எம்.எஸ். அன்பும் பணிவும் மிகுந்தவர், யாருக்கும் எந்தத் தீமையும் நினைக்கமாட்டார் என்பதை அனைவரும் ஒப்புக்கொள்கிறார்கள். மென்மையாகப் பேசுபவர். சிறிதும் கடுமை காட்டாதவர். அவரின் சிரிப்பு அவர் இருக்குமிடத்தை ஒளிரச் செய்யும். அவர் ஒரு பெரும் புதிராகவும் இருந்தார். எளிதில் அவரை அணுக முடியாது. அவரது இசை உருவாகி வெளிப்படும் விதம்பற்றி வெளியுலகிற்குத் தெரியாது. தன் இசை குறித்து அவர் எவ்வளவு ஆழமாகச் சிந்தித்திருப்பார் என்பது குறித்து நம்மால் ஒருபோதும் அறிய முடியாமல் போகலாம்.

எம்.எஸ். துன்புற்ற ஆத்மா அல்ல. ஆனால் அவருக்குள் ஒரு சோகம் குடியிருந்தது. அவர் இசை

வாழ்வின் மீது செலுத்தப்பட்ட கட்டுப்பாடுகளால் அந்தச் சோகம் உருவாகியிருக்கும் என்று நான் நினைக்கிறேன். தான் பாடியதையெல்லாம் அவர் விரும்பவில்லை என்று சொல்லவரவில்லை. ஆனால் தன் தேர்வின் அடிப்படையில் அவற்றைப் பாடவில்லை என்பது அவருக்குத் தெரியும். கர்நாடக இசை உலகில் தனக்குக் கிடைக்க வேண்டிய அங்கீகாரம் கிடைக்காமலேயே இறந்துவிடுவோம் என்பதும் அவருக்குத் தெரிந்திருந்தது. தான் பாடிய பஜனைகள், தும்ரிகளுக்காக அவர் மிகுந்த பாராட்டைப் பெற்றார். ஆனால் கர்நாடக இசை வடிவங்களான கீர்த்தனை, பதம், தில்லானா, வர்ணம், விருத்தம், ஜாவளி ஆகியவற்றுக்கான அங்கீகாரத்தை அவர் மனம் நாடியது.

எல்லாவற்றையும் ஒருகணம் ஒதுக்கிவைத்து விட்டு 'எம்.எஸ்.ஸின் வெளி'யில் சிறிது நேரம் இருந்து பார்ப்போம். அங்கே நம்மால் பிடிபடாத, தீவிரமான, ஆழமாக நம்மைப் பாதிக்கும் தருணம் உருவாகிறது. அது நம் மூச்சை ஒருகணம் நிறுத்திவிடுகிறது. பாடகருக்கும் அவர் பாடும் பாடலுக்கும் நடுவே உருவாகும் கூட்டணி யின் ஆழத்திலிருந்து வரும் ஏதோ ஒன்று அங்கே உள்ளது. பாடகரும் அவர் பாடலும் இணைந்து உருவாகும் கூட்டு, மிக அந்தரங்கமான ஒன்றாகவும் நாம் அனைவரும் கண்டும் கேட்டும் உணரக்கூடிய வகையில் வெளிப்படையானதாகவும் விளங்குகிறது. முழுமையான ஈடுபாட்டுடன் எம்.எஸ். பாடும்போது – எப்போதும் அவர் அப்படித்தான் பாடுவார் – அவர் கண்களை மூடிக்கொள்வார். நம்மில் கரைந்துவிடுவார்.

அவர் யார்? அவர் எதைக் கண்டறிந்தார்? அவர் இசையை நான் அலசி ஆராய்ந்திருக்கிறேன். மற்றவர்களைத் திருப்திப்படுத்துவதற்காக அவர் பாடினார் என்றும் அவர் கணவர் சொல்வதைச் செய்வதற்காகத் தன் தனிப்பட்ட ஆளுமையை விட்டுக் கொடுத்தார் என்றும் நான் சொன்னேன். இதற்கெல்லாம் முரண்பாடாக இப்போது சிலவற்றைச் சொல்லப் போகிறேன். உண்மையில் அது முரண்பாடானதுதானா என்றும் தெரியவில்லை. இசையில் மூழ்கிப்போன ஒரு கலைஞர் சுதந்திரத்தையும் வெளிப்படையான தன்மையையும் தனக்குள்ளேயே கண்டுகொள்வார். வெளிப்புறத்தில் கட்டமைக்கப்பட்ட அனைத்தும் அவரைக் கட்டுப்படுத்துவதாக இருந்தாலும் இது நடக்கும். அப்படியானால் 'தெய்வீகமான எம்.எஸ்.' என்னும் அனுபவத்திற்கு மேல் வேறு ஏதேனும் இருக்கிறதா?

இந்தக் கேள்விக்கு விடைகாண நீண்டகாலமாக நான் போராடியிருக்கிறேன். ஏனென்றால், எம்.எஸ். இசையின் ஆற்றல் ஈடுசெய்ய முடியாதது; எவருடனும் ஒப்பிட முடியாதது. எனக்குத் தோன்றுவது இதுதான்: அவரால் தன் சுயத்தை முழுமையாக வெளிப்படுத்திக் கொள்ள முடியவில்லை. சதாசிவம் கட்டமைத்த பிம்பமே அவர்மீது படர்ந்திருந்தது. அதற்குள்ளாகவே அவர் வாழ்ந்தார். அது தந்த பாதுகாப்புக்கு நன்றியுடன் இருந்தார். இசை சார்ந்தும் அவர் ஒரு பாதுகாப்பான அறைக்குள் பூட்டப்பட்டிருந்தார். ஆனால், பாடும்போது தன்னைச் சுற்றியுள்ள அனைத்தையும் மறந்தார். அவருக்குள் அழுத்தப்பட்டிருந்த சோகம், வருத்தம்,

அனுபவம் ஆகிய அனைத்தும் வெடித்து இசையாக வெளிப்பட்டன.

நேர்மையான, தூய்மையான இந்த இசைப் பிரவாகம் இன்றளவும் நம்மை உலுக்குகிறது. கலைதான் அவரின் ஒரே வெளிப்பாட்டுச் சாதனம். அவர் ஒவ்வொரு முறை பாடும்போதும் வாழ்வனுபவத்தின் ஒவ்வொரு தருணத்திலும் தன் பாடலை வளப்படுத்தச் செய்தார். தனது மனத்தடைகள் அனைத்தையும் விடுத்து ராகத்தினுள் தன்னை ஆழ்த்திக்கொண்டார். மிக அரிதான தருணங்களில் நாம் உண்மையான, மிக மென்மையான ஒரு அனுபவத்தை அதன் தூய வடிவில் அனுபவிக்கிறோம். அந்த அனுபவம் நம்மை ஸ்பரிசிக்கும்போது நம்மைச் சுற்றியுள்ள கட்டுமானங்கள் தகர்கின்றன. அதற்கு முன்பு இல்லாத முறையில் நம்மை நாமே தரிசிக்கிறோம். சுயதரிசனத்தின் இத்தகைய தருணங்களை வேறு யாரைவிடவும் அதிகமாக எம்.எஸ்.ஸால் நமக்குத் தர முடிகிறது.

என்னால் விடுவிக்க முடியாத புதிர் எம்.எஸ். அவரைக் குறித்து யோசிக்கும்போதெல்லாம் ஒரு புதிய சிக்கல் முளைக்கிறது. அவருடைய வாழ்வும் அனுபவமும் பலவிதமான விளக்கங்களுக்கு வழிவகுப்பவை. தன்னைப் பற்றி மிகவும் குறைவாகவே அவர் சொல்லியிருப்பதால் பிறரது கதையாடல்களிலிருந்து/பதிவுகளிலிருந்துதான் நாம் அவரைப் பற்றித் தெரிந்துகொள்ள முடிகிறது. அவரின் இசையை அவரைப் பற்றி அறிவதற்கான சாளரமாகப் பயன்படுத்திக்கொள்ளலாம். அவருடைய நெருங்கிய நண்பர்களும் குடும்பத்தினரும்கூட அவரது

அகப் போராட்டங்களை மிகச் சிறிய அளவிலேயே அறிந்திருந்தார்கள். அந்த அளவுக்கு அவர் உணர்ச்சிகள் அவருக்குள் கட்டுப்பட்டிருந்தன. ஒவ்வொருவரும் எம்.எஸ். குறித்த தங்களின் தனிப்பட்ட கருத்தைப் பொக்கிஷம்போல வைத்துக்கொண்டிருக்கிறார்கள்.

எம்.எஸ். மன உறுதி மிக்கவர். வலிமையானவர். கவனக் குவிப்பும் அர்ப்பணிப்பும் துணிச்சலும் கொண்டவர். உள்முகமானவர். வெள்ளை உள்ளம் கொண்டவர். மென்மையானவர். கர்நாடக இசை உலகம் அவரது இசையை எளிமைப்படுத்தி தெய்வீக இசை, சாதாரண இசை என்னும் இரண்டு வகைமைகளுக்குள் அடக்கிவிட்டது. அவருடைய இசை இந்த இரண்டு அம்சங்களையும் கொண்டிருந்ததுடன் இவை இரண்டுக்கும் இடையிலும் இருந்தது. அவரும் அவரின் இசையும் நம்மை எப்போதும் வசீகரிக்கத் தவறுவதில்லை. உண்மையான எம்.எஸ். எங்கே இருக்கிறார் என்னும் பதிலளிக்கப்படாத கேள்வியை அவரும் அவர் இசையும் என்றுமே எழுப்பிக்கொண்டுதான் இருப்பார்கள்.

அக்டோபர் 1, 2015 கேரவான் இதழில் ஆங்கிலத்தில் வெளியான கட்டுரை; காலச்சுவடு இதழ் 197, மே 2016இல் தமிழில் வெளியானது.

எம்.எஸ்.
நினைவில் மங்காத நொடிகள்

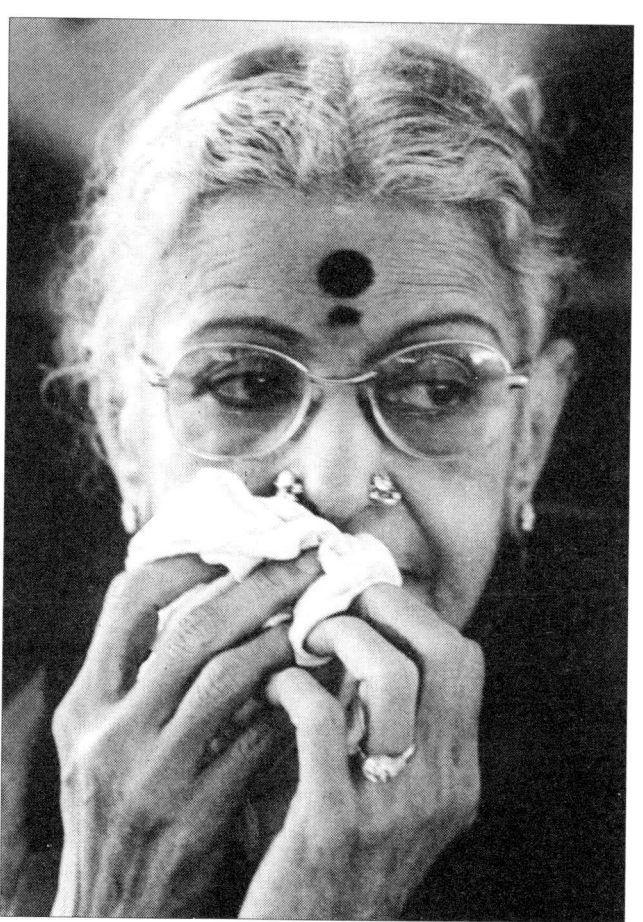